D1772232

குறத்தி முடுக்கு

குக்கூவு கீக்கூவு

குறத்தி முடுக்கு

ஜி. நாகராஜன் (1929 – 1981)

ஜி.நாகராஜன் மதுரையில் பிறந்தார். தமிழ், ஆங்கிலம், கணிதம் ஆகியவற்றில் தேர்ச்சி பெற்றவர். பட்டதாரி. 'நாளை மற்றுமொரு நாளே...' நாவலும் சிறுகதை களும் கட்டுரைகளும் எழுதியிருக்கிறார்.

மனைவி நாகலட்சுமி பள்ளி ஆசிரியையாகப் பணி யாற்றினார். மகள் ஆனந்தி, மகன் கண்ணன்.

ஆசிரியரின் பிற காலச்சுவடு வெளியீடுகள்

'ஜி. நாகராஜன் சிறுகதைகள்'
'நாளை மற்றுமொரு நாளே...'
'ஜி. நாகராஜன் படைப்பாக்கங்கள்'
'டெர்லின் ஷர்ட்டும் எட்டுமுழ வேட்டியும் அணிந்த மனிதர்'

ஜி. நாகராஜன்

குறத்தி முடுக்கு

காலச்சுவடு பதிப்பகம்

● அன்பார்ந்த வாசகருக்கு,

வணக்கம்.

காலச்சுவடு நூலை வாங்கியமைக்கு நன்றி.

நூலின் உள்ளடக்கம், உருவாக்கம், அட்டைப்படம் இன்ன பிற அம்சங்கள் பற்றிய உங்கள் கருத்துகளையும் ஆலோசனைகளையும் காலச்சுவடு வரவேற்கிறது. தகவல், எழுத்து, வாக்கியப் பிழைகள் தென்பட்டால் அவசியம் தெரிவித்து உதவுங்கள். நூல் தயாரிப்பில் கடும் குறைபாடு இருப்பின் மாற்றுப் பிரதி உங்களுக்குக் கிடைக்கக் காலச்சுவடு ஏற்பாடு செய்யும்.

மின்னஞ்சல்: publisher@kalachuvadu.com

காலச்சுவடு நாகர்கோவில் அலுவலகத்திற்குக் கடிதம் அனுப்பலாம்.

தங்கள்
எஸ்.ஆர். சுந்தரம் (கண்ணன்)
பதிப்பாளர் — நிர்வாக இயக்குநர்

குறத்தி முடுக்கு ❖ குறுநாவல் ❖ ஆசிரியர்: ஜி. நாகராஜன் ❖ © என். கண்ணன் ❖ முதல் பதிப்பு: 1963, காலச்சுவடு முதல் பதிப்பு: டிசம்பர் 2003, திருத்தப்பட்ட பதினாறாம் பதிப்பு: பிப்ரவரி 2025 ❖ வெளியீடு: காலச்சுவடு பப்ளிகேஷன்ஸ் (பி) லிட், 669 கே.பி. சாலை, நாகர்கோவில் 629001 ❖ உட்பக்க கோட்டோவியங்கள்: அனந்த பத்மநாபன்

kuRatti muTukku ❖ Novelette ❖ Author: G. Nagarajan ❖ ©N. Kannan ❖ Language: Tamil ❖ First Edition: 1963, Kalachuvadu First Edition: December 2003, Revised Sixteenth Edition: February 2025 ❖ Size: Crown 1 x 8 ❖ Paper: 18.6 kg maplitho ❖ Pages: 96

Published by Kalachuvadu Publications Pvt. Ltd., 669 K.P. Road, Nagercoil 629001, India ❖ Phone: 91-4652-278525 ❖ e-mail: publications@kalachuvadu.com ❖ Illustrations: Anantha Pathmanabhan ❖ Printed at Mani Offset, Chennai 600077

ISBN: 978-81-87477-73-0

02/2025/S.No.90, kcp 5594, 18.6 (16) 9ss

'குறத்தி முடுக்கு' ஜி. நாகராஜனின் முதல் நூல். இக்குறுநாவலை ஜி. நாகராஜன் 'பித்தன் பட்டறை' என்ற அவரது பதிப்பகத்திலிருந்து 1963இல் வெளியிட்டார். காலச்சுவடு பதிப்பில் பித்தன் பட்டறை பதிப்பு பின்பற்றப்பட்டுள்ளது.

காலச்சுவடு வெளியீடாக இதுவரை மூன்று பதிப்புகள் வந்துள்ளன. காலச்சுவடு கிளாசிக் குறுநாவல் வரிசையில் முதல் நூலாகக் 'குறத்தி முடுக்கு' இப்போது வெளியாகிறது.

பதிப்பாளர்

ஜி. நாகராஜனின் புனைவுலகில் விசித்திரங்கள், வேதனைகள்

ஜி. நாகராஜனின் 'குறத்தி முடுக்கு' என்கிற சிறுநாவலை எனது கல்லூரி வயதில் முதன்முதலாக வாசித்தேன். பச்சை நிறப் பின்னணியில் ஆணும் பெண்ணும் கைகோத்து நிற்கிற சித்திரம் கொண்ட அட்டைப்படம் என்னை வாசிக்கப் பலமுறை உற்சாகப்படுத்தியிருக்கிறது. அதுவரை அறியப்படாத புதிய உலகமும் கதாபாத்திரங்களும், முக்கியமாகக் 'குறத்தி முடுக்'கின் மொழியும் என்னைத் தொடர்ந்து ஜி. நாகராஜனின் கதைகளை வாசிக்கச் செய்தன. கிட்டத்தட்ட இதே காலத்தில்தான் ஜெயகாந்தனின் கதைகளையும் தி. ஜானகி ராமனின் கதைகளையும் தொடர்ந்து படித்தேன். இம்மூவரும் சிலநேரங்களில் சந்தித்துக்கொள்ளும் ஒரு உலகம் பெண் என்கிற மையப்புள்ளியாகவும், அவளைத் தொடர்ந்து செல்லும் கற்பனைக் கோடுகள் பல பாதைகளாக மாறுவதையும் வாசிப்பில் உணர்ந்துகொள்ளமுடிந்தது.

மதுரை நகரவீதியில் வேலையில்லாமலும் வேலையோடும் அலைந்து திரிந்த நாள்களில் பார்த்த குடிகாரர்கள், வேசிகள், பிக்பாக்கெட்காரர்கள், ரிக்ஷா தொழிலாளிகள், குதிரை வண்டிக்காரர்கள் யாவரும் ஜி. நாகராஜனின் கதையுலகத்திலிருந்து வெளியேறி நடக்கிறவர்கள்போல் தோன்றும். மதுரை என்கிற நகரம் ஒவ்வொருமுறையும் தன்னைப் புதுப்பித்துக் கொள்கிறபோது அவரது கதாபாத்திரங்களும் தங்களைப் புதுப்பித்துக்கொள்கிறார்கள். இப்போதும் தங்கமும் நடராஜனும் எங்காவது குதிரைவண்டியில் இல்லையெனில் ஆட்டோவில் அல்லது கால்டாக்ஸியில் ஓடிக்கொண்டிருப்பவர்களாகத்தான் இருப்பார்கள். நவீன உலகம் கதைகளைச் சுற்றியிருக்கிற, கதாபாத்திரங்களைச் சுற்றியிருக்கிற நிலக்காட்சிகளைத்தான் மாற்றியிருக்கிறது. ஒருபோதும் கதாபாத்திரங்களையும் அவர்களது கதைகளையும் காலம் மாற்றிவிடவில்லை.

உதிரிகளின் உலகத்தை அல்லது தொழில்ரீதியாகப் பொதுவாழ்வின் மையநீரோட்டத்திலிருந்து விலகியிருப்பவர்களைப் பற்றிய எழுத்தைக் கொண்டாட்டத்தோடும் உயர்த்தியும் உயர்ந்த லட்சிய மனப்பான்மையோடும் பலரும் எழுதிய காலகட்டத்தில் வெளிவந்த அவரது புனைவுகளில் நேர்மையும் அதிர்ச்சியற்ற உண்மையும் இருப்பதுதான் இன்றளவும் வாசிக்கச் செய்யக் கூடிய அம்சமாகும். செவ்வியலின் தன்மைகளில் கதாபாத்திரங்களின் மீதான நேர்மையும் காலங்கடந்த பின்பாகவும் கதாபாத்திரங்களின் மீதான நம்பகத்தன்மையும் ஜி. நாகராஜனின் புனைவில் காணக்கிடைப்பது தமிழில் சாத்தியமானது ஆச்சரியம்.

சமகாலத்தில் வெளிவரும் கதைகளில் உதிரிகளைப் பற்றிய புனைவும், தொழில்ரீதியாக உலகின் மைய நீரோட்டத்திலிருந்து விலகியிருப்பவர்களைப் பற்றிய சித்திரமும் தெளிவாக எழுதப்படுவதற்குக் காரணகர்த்தாவாக ஜி. நாகராஜனின் கதையுலகம் அமைந்திருப்பது தற்செயலான விஷயம் அல்ல. ஜி. நாகராஜன் எழுதிய

காலத்தில் தி. ஜானகிராமன், ஜெயகாந்தன் ஆகியோரும் பாலியல் தொழிலாளர்களைப் பற்றி எழுதியிருக்கிறார்கள். தி. ஜானகிராமனின் கதையுலகத்தில் நடமாடும் பாலியல் தொழிலாளர் இசைக் கலைஞர்களிடமும் செல்வந்தர்களிடமும் மிக முக்கியமாக அறிவு ஜீவிகளிடமும் மட்டும் இருக்கிறாள். அவள் ஒழுக்கமும் அன்பும் கருணையும், சில சமயங்களில் தெய்வத்தின் அம்சமும் பொருந்தியவளாக இருக்கிறாள். அவள் பாவத்தைப் போக்குகிற பெண் தெய்வத்தின் மறுபிறவியாக வந்து செல்கிறாள்.

ஜெயகாந்தன் தனது புனைவுலகில் எழுதியிருக்கும் பாலியல் தொழிலாளர் ஒருபோதும் வாய் திறந்து பேசுவதில்லை. தன் முன் அமர்ந்திருக்கும் ஆணின் சொற்பொழிவைக் கேட்டுக்கொண்டேயிருக்கிறாள். அவென் சாப்பிடும்போது சாப்பிடுகிறாள். அவன் தூங்கும்போது தூங்குகிறாள். அவனது நிழலின் நிழலாக நடக்கிறாள். ஒருபோதும் அவள் தனக்கென ஒரு குடையைக்கூட வைத்திருப்பதில்லை. அவள் உயர்ந்த லட்சியத்தை நோக்கிய பயணத்தை மேற்கொள்கிறவளாகச் சித்திரிக்கப்படுகிறாள்.

இதே காலகட்டத்தில் ஜி. நாகராஜனின் கதையுலகத்தில் வரும் பாலியல் தொழிலாளர்கள் தாங்கள் சந்திக்கும் சக மனிதர்களுக்குத் துரோகம் செய்பவர்களாகவும், தன் உடலை முன் வைத்து அவள் செய்கிற பேரத்தையும், அவளது நிராகரிப்பையும், அவளது கள்ளத்தனத்தையும், அவளது சந்தோஷத்தையும், அவளது கோபத்தையும், அவளது வருத்தத்தையும், அவளது நோவுகளையும், அவளது கற்பனைகளையும் கலையுணர்வோடும் பாசாங்குத் தன்மையில்லாமலும் எழுதியிருப்பதை இப்போது வாசிக்கும்போது உணர்ந்துகொள்ள முடிகிறது. தி. ஜானகிராமனும் ஜெயகாந்தனும் அவர்களது இலட்சிய உலகத்தில் இருக்கிற பாலியல் தொழிலாளர் களையே எழுதியிருக்கிறார்கள். அவர்கள் அதற்கு

ஆசைப்படுகிறார்கள். தாங்கள் சந்திக்கும் பாலியல் தொழிலாளியொருத்தி இப்படியாக இருக்க வேண்டுமென்று நினைக்கிறார்கள்.

ஜி. நாகராஜன் கதையுலகத்தில் வருகிற கதாபாத்திரங்கள் அவரின் அனுபவத்திலிருந்து பெறப்பட்டவை. ஜி. நாகராஜனின் யதார்த்த உலகமும் அவரது புனைவுலகமும் ஒன்றாக இருந்திருக்கின்றன. வாசிக்கிற போது அக்கதாபாத்திரங்கள் நமக்கு அருகிலுள்ளவர்கள் என்கிற மனோபாவமே எழுகிறது. வாசகனின் மனதில் கதாபாத்திரத்திற்கும் தனக்குமான இடைவெளியற்ற நெருக்கத்தை அவர் உருவாக்கி அதிலும் வெற்றி அடைந்துவிடுகிறார். குறிப்பாக, கதாபாத்திரத்தினை வாசிக்கிறவர்கள் அடைகிற நம்பகத்தன்மை.

ஜி. நாகராஜனின் கதையுலகத்தின் வழியாகத்தான் காண் உலகில் இருக்கிற மற்றொரு விளிம்புநிலை உலகத்தின் நடமாட்டத்தைத் தமிழ் எழுத்தாளர்கள் கண்டடைந்தார்கள். உதிரிகளைப் பற்றி இருபத்தைந்து ஆண்டுகளுக்கு முன்பாக வாசித்தபோது எனது மனநிலையடைந்த பரவசமும் அதிர்ச்சியும் உல்லாசமும் யாருக்கும் தெரியாமல் மன மடைகிற குறுகுறுப்பும் கேள்விகளும் சற்றும் குறையாமல் இப்போதும் எனது மனதில் ஏற்பட்டது.

'நாளை மற்றொரு நாளே...' நாவலின் சிறப்பைவிடக் 'குறத்தி முடுக்கு' பல வழிகளிலும் சிறப்பம்சம் கொண்டது. இக்கதையில் ஜி. நாகராஜன் திருமணத்தை முன்வைத்துப் பல கேள்விகளை எழுப்புகிறார். குழந்தை பெற்று வளர்த்தெடுப்பதை விமர்சிக்கிறார்.

புதிதாக எழுதத்தொடங்கும் கதாசிரியர் ஒரு கதையை யாவது வேசிகளை வைத்து எழுதுகிற முயற்சியில் இறங்குவதற்கும், ஆண் பெண் உறவுகளைப் பற்றி அதிலும் கள்ளத்தனமான உறவுகளைப் பற்றியும் உதிரிகள், ஒதுக்கப்பட்டவர்கள், விளிம்புநிலையினர், தொழில்ரீதியாக உலகின் மையநீரோட்டத்திலிருந்து விலகியிருப்பவர்கள்

என்பது போன்ற *underground* கதைகளை எழுதுவதற்கும் ஐரோப்பிய கதைகளைவிட முன்மாதிரியாக இருப்பவை ஜி. நாகராஜனின் கதைகளே. புதிய தலைமுறையினர் தங்களது கதைகளுக்கு நேர் மாறான உலகத்தில் வாழ்ந்து கொண்டும், தங்களது கதையுலகத்திற்கும் தங்களுக்கும் ஒருபோதும் தொடர்பில்லாததை எழுதிக்கொண்டு மிருக்கின்ற சூழலில் 'குறத்தி முடுக்கு' கிளாஸிக் வரிசை யில் வருவது பாராட்டுக்குரியது.

பொதுமூளையில் விபச்சாரம் என்கிற சொல்லும், விபச்சாரி என்கிற பிம்பமும் ஏற்படுத்தியிருக்கிற தாக்கம் உணர்ச்சி சார்ந்தது. மனிதன் முழுவதுமாக உணர்ச்சிகளால் மட்டுமே கட்டமைக்கப்பட்டிருக்கிறான். அந்த உணர்ச்சியை எழுத்தில் கலையழகுபடுத்துவதுதான் எழுத்தின் பிரதான வேலையாக இருக்க முடியும். ஒரு போதும் தர்க்கத்திற்குக் கொண்டு செல்ல இடந்தேடக் கூடாது. தன் படைப்பைத் தர்க்கத்திற்குக் கொண்டு செல்ல முனையும்போது அப்படைப்பு பிரச்சாரத்தை முன்வைக்குமேயொழிய படைப்பின் கலாப்பூர்வமான செயல்பாட்டை முன்வைக்காது. ஜி. நாகராஜன் தன் படைப்பின் வழியாகப் பல கேள்விகளைக் கேட்கிறார். பல தர்க்கங்களை உருவாக்குகிறார். ஆனால் ஒருபோதும் கதாபாத்திரத்திற்குப் புறம்பான நேர்மையை எழுதி அதன் மூலம் பிரச்சாரத்தை உருவாக்கவில்லை.

2

ஜி. நாகராஜனின் புனைவுலகத்தின் கதாபாத்திரங்கள், அன்றாட வாழ்வில் சகஜமாக நடமாடுகிறவர்கள். இருந்த போதிலும் தனிமனித ஒழுங்கு, சமூகத்தின் ஒழுங்கு என்கிற இருவேறு துருவங்களை அல்லது இருவேறு நிலைகளைப் பிரிக்கும் கோடுகளைப் பற்றிய விவாதங்களை அப்பாத்திரங்களின் மூலமாகவும், அவர்கள் சந்திக்கும் சம்பவங்கள் மூலமாகவும் விவாதத்திற்குள் கொண்டுவருகிறார்.

சமூகத்தின் ஒழுங்கு என்பதைப் புனிதம், அறம், உண்மை, நீதி, நியாயம் என்று பிரித்துக்கொள்ளலாம். தனிமனித ஒழுங்கு என்று சொல்லப்படும் இலக்கணங்கள்தான் இவை. என்றபோதிலும், தனிமனிதனின் ஆழ் மனதில் அவனது விருப்பும் வெறுப்பும் துண்டுத் துண்டாகச் சிதைந்தும் குலைந்தும் இருக்கின்றன. தனி மனிதனின் ஒவ்வொரு செயல்பாட்டிலும் ஒழுங்கும் ஒழுங்கற்றதும், அறமும் அறத்திற்கு எதிரான அநீதியும் செயல்பாடாக இருந்து வருகிறது. வன்மத்தையும் அன்பையும் காதலையும் காமத்தையும் அதிர்ஷ்டத்தையும் துரதிர்ஷ்டத்தையும் கொண்டு இயங்கும் தனிமனித மனத்தை வரையறுத்துக்கொள்வது புதிர்ப் பாதையில் பயணிப்பது போன்றது.

ஒவ்வொரு மனிதனும் துரோகம் செய்யவும் கொலை செய்யவும் சகமனிதனின் மேலான வன்முறையைக் கட்டவிழ்த்துவிடுவதற்கும் காத்திருக்கிறான். அவனுக்கு நேரம் வரவேண்டும். ஒரு சந்தர்ப்பம் கிடைக்க வேண்டும். ஒருவரையொருவர் ஏமாற்றிக்கொள்வதற்கும் முதுகில் குத்திக்கொள்வதற்கும் தயாராகிக்கொண்டிருக்கிற சூழல் இது.

ஜி.நாகராஜனின் கதையுலகத்தில் வருகிற கதாபாத்திரங்கள் பிரதான வாழ்வின் எதிர்நிலையில் இருக்கும் விளிம்புநிலை வாழ்வினை மேற்கொண்டிருக்கும் மக்களைப் பற்றியதாகக் கடந்த இருபது வருஷத்திற்கும் மேலாக விமர்சகர்கள் சொல்லிவருகின்றனர். இது ஒரு வகையில் ஜாதியை அடிப்படையாக வைத்துக் கூறப்பட்ட அபத்தமான ஒரு கற்பனையே தவிர, நிஜமல்ல. ஏனெனில் தி. ஜானகிராமனின் கதையுலகத்தில் வருகிற பாலியல் தொழிலாளர்கள் விளிம்புநிலை ஜாதியைச் சார்ந்தவர்களா?

உண்மையில் விளிம்புநிலை என்பதை நிராகரிக்கப்பட்ட, ஒதுக்கப்பட்ட என்கிற அர்த்தத்தில்தான் பார்க்க வேண்டும். ஒவ்வொரு ஜாதியிலும் இப்படியாக நிராகரிக்கப்பட்ட

ஒதுக்கப்பட்ட ஜனங்கள் வாழத்தான் செய்கின்றனர். மேல்நிலை நடுநிலை மக்களால் கைவிடப்பட்ட தொழிலைக் கையிலெடுத்துக்கொண்டு வாழும் மக்களை விளிம்புநிலை மக்கள் என்று கூறுவது அபத்தமாகவேபடுகிறது. லாட்டரி சீட்டு விற்பவர்கள், சினிமாவில் பிளாக் டிக்கெட் விற்பவர்கள், பெட்டிக்கடை வைத்து வியாபாரம் செய்பவர்கள், தெருவோரத்தில் இட்லி கடை வைத்திருக்கும் பெண்கள், ரிக்ஷா தொழிலாளிகள், அன்றாடத் தேவைகளுக்காகச் சிறிதும் பெரிதுமாக ஏமாற்றி வாழும் ஜனங்கள். இவர்கள்தான் ஜி. நாகராஜனின் கதையுலகப் பாத்திரங்கள். இவர்களுக்கென்று பிறப்பும் உயர்ந்த வாழ்வும் இருக்கிறது. ஒரு காலத்தில் இவர்கள் ஏகபோகமாக வாழ்ந்திருக்கக் கூடியவர்கள்தான். துரதிருஷ்டவசமாக வாழ்க்கையைக் காலம் மாற்றிப்போட்டுவிடுகிறது.

ஜி. நாகராஜனின் கதையொன்றில் *“என்ன தொழில் செய்கிறீர்கள்” என்ற கேள்விக்கு, “பிறந்து, வளர்ந்து சாவுற தொழில்தான் செய்யறேன்” என்கிற உரையாடல் இடம் பெற்றிருக்கிறது. இந்த வார்த்தையை ஒரு பத்திரிகையாளர் ஒருவர் பாலியல் தொழிலாளர்யிடம் சொல்கிறார்.

மேலும், **‘ஆணுக்குப் பெண் தேவை. பெண்ணுக்கு ஆண் தேவை. இதை என்னால் புரிந்துகொள்ள முடிந்தது. ஒரு ஆணும், ஒரு பெண்ணும் தங்கள் வாழ்நாள் முழுவதும் இணைந்து வாழச் சம்மதிப்பதையும் என்னால் புரிந்துகொள்ள முடிந்தது. இது லட்சிய அமைப்பு என்று சொல்லமுடியாவிட்டாலும், குழந்தை வளர்ப்புத் தொல்லை இல்லாதிருந்தாலும், ஒரு ஆணும் ஒரு பெண்ணும் கூடி வாழ்வதில் பல அனுகூலங்கள் உள்ளன. என் நண்பன் ஒருவன் கூறியதுபோல, தினம் தினம் சைக்கிள் ஒன்றை வாடகைக்கு எடுப்பதைவிட, முடியுமென்றால்

---

* ஜி. நாகராஜன் படைப்புகள், காலச்சுவடு பதிப்பகம், பக்கம் 307.

** ஜி. நாகராஜன் படைப்புகள், காலச்சுவடு பதிப்பகம், பக்கம் 112.

ஒரு சைக்கிளை வாங்கிவிடுவதுதான் சிறந்தது' என்று எழுதியிருக்கிறார்.

அன்றாட வாழ்வின் அபத்தம் ஒருவனைக் குறத்தி முடுக்கிற்குத் தள்ளுகிறது. திருமணம் என்கிற உறவு நிலை பிடிக்காத அதனைச் சகித்துக்கொண்டு வாழப் பிடிக்காதவர்கள் விரைவில் வேசியிடம் சரணாகதி யடைகிறார்கள் என்பது தமிழ்க் கதையுலகின் நம்பிக்கையாக இருக்கிறது. ஜெயகாந்தன், ஜி. நாகராஜன், தி. ஜானகிராமன் முதலானோர் குடும்ப உறவுக்கு வெளியே உள்ள பாலியல் தொழிலாளர்ப் பெண்களின் மேல் அன்பு வைத்திருக்கும் கதாபாத்திரங்களை உருவாக்குவதில் வல்லமையானவர்களாக இருந்திருக்கிறார்கள். குடும்பத்திலிருக்கும் பெண்களைக் காதலிக்கவும், அவர்களுடன் மனம் கனிந்து பேசவும் ஒருபோதும் அவர்களது கதாபாத்திரங்கள் முன்வருவதில்லை. பதிலாக பாலியல் தொழிலாளர்களிடம் அவர்கள் காதல்வயப்படுகிறார்கள்; காதலிக்கிறார்கள்; தங்களையும் காதலிக்க ஏங்குகிறார்கள். ஏன் மத்திய வகுப்பினைச் சார்ந்த எழுத்தாளர்கள் பலரும் பாலியல் தொழிலாளர்களின் மேல் இவ்வளவு அன்பையும் நெகிழ்ச்சியான சித்திரிப்பையும் எழுதியிருக்கிறார்கள் என்பது இன்றுவரை புரிபடாத ஒன்றாகவே உள்ளது.

3

'குறத்தி முடுக்கு' என்கிற நீள்கதையில் தங்கம், நடராஜன், மரகதம், தேவயானை, செண்பகம் என்கிற கதாபாத்திரங்களோடு பத்திரிகையாளர் ஒருவரும் வருகிறார். தங்கமும் நடராஜனும் கணவன் மனைவி. நடராஜன் தனது மனைவி தங்கத்தின் பேராசையால் வங்கியில் கையாடல் செய்துவிட்டுச் சிறைக்குச் செல்ல நேரிடுகிறது. இதன் காரணமாகத் தங்கமும் நடராஜனும் குறத்தி முடுக்குக்கு வந்துசேர்கிறார்கள். தங்கம் பாலியல் தொழிலாளியாகவும் நடராஜன் அத்தானாகவும்

மாறுகிறார்கள். நடராஜன் அடுத்தவர்களை ஏமாற்றி வாழும் வாழ்க்கையை அல்லது ஏமாற்றும் கலையை மேற்கொள்கிறான்.

தங்கத்திடம் தனது காமத்தைத் தணிக்கும் பொருட்டுச் சந்திக்கும் பத்திரிகையாளர் ஒருவர் அவளைக் காதல் கொள்கிறார். தங்கமும் அவரிடம் தாராளமாக நடந்துகொள் கிறாள். ஒரு கட்டத்தில் தங்கத்தைப் பத்திரிகையாளர் நடராஜனின் அனுமதியுடன் திருமணம் செய்துகொள்ளும் ஏற்பாட்டுக்குச் சென்றுவிடுகிறார். பத்திரிகையாளருடைய துரதிர்ஷ்டவசம் அவர்களது திருமணம் நடைபெறாமல் போய்விடுகிறது. தங்கத்தைப் போலீஸ் பிடித்துச் சென்று விடுகிறது. தங்கத்திற்காகப் பத்திரிகையாளர் கோர்ட்டில் சாட்சி சொல்கிறார். தங்கம் விடுவிக்கப்படுகிறாள். பத்திரிகையாளர் இடம்மாறுதல் தேவையென்று தனது தலைமை அலுவலகத்திற்கு விண்ணப்பிக்கிறார். தங்கம் திருவனந்தபுரத்திற்குச் சென்று 'குடும்ப வாழ்க்கையை' மேற்கொள்கிறாள். பணி நிமித்தமாகத் திருவனந்தபுரத்திற்குச் செல்லும் பத்திரிகையாளர் தங்கத்தையும் நடராஜனையும் சந்திக்கிறார். அவர்களது கூலி வாழ்க்கையையும் 'குறத்தி முடுக்கில்' தங்கம் அலங்காரத்துடன் இருந்ததையும் நினைத்துக்கொள்கிறார்.

'குறத்தி முடுக்கு' கதையில் செண்பகத்தின் கதை யும் தேவயானையின் கதையும் நெகிழ்ச்சியானவை. செண்பகம் தனக்கொரு பெண் குழந்தை வேண்டுமென்று ஆசைப்படுகிறாள். குறத்தி முடுக்கிலிருக்கும் மற்ற பெண்கள் அவளை வட்டத்தெரு வைத்தியரிடம் சென்று கருவைக் கலைக்கச் சொல்கிறார்கள். செண்பகம் மறுத்துவிடுகிறாள். இச்சூழலில் செண்பகத்திடம் வாடிக்கைகொள்ள ஒருவர் வருகிறார். தனது இச்சையைத் தீர்த்துக்கொள்கிறார். அப்போது அவளது வேதனையைச் சிற்சில வார்த்தைகளில் வாசகருக்குத் தெளிவுபடுத்துகிறார் ஜி. நாகராஜன். தனது வயிற்றில் குழந்தை இருப்பதாகவும் பக்குவமாக நடந்துகொள்ளும்படியாகவும் கெஞ்சுகிறாள்.

வந்திருப்பவர் அவளைத் திட்டுகிறார். ஐந்து நிமிட நிவாரணத்திற்குப் பிறகு அவர் சென்றுவிடுகிறார். செண்பகம் வயிற்று நோவுடன் மாடியிலிருக்கும் தனியறைக்கு மாற்றப்படுகிறாள்.

இதேபோல் தேவயானை பற்றிய ஒரு நிகழ்வு. அவள் தற்கொலை செய்துகொள்ள முயலும்போதுகூட ஒரு ஆணின் இச்சைக்குத் தன்னைக் கொடுத்துவிட்டுத்தான் தற்கொலை முயற்சியில் ஈடுபடவேண்டுமென்கிற சூழல். அப்படியான தற்கொலையில் அவளுக்கு விடுதலை கிடைக்கவில்லை. தேவயானை தூக்கில் தொங்க வேண்டுமென்று கட்டிலில் ஏறி மேல் வளையத்தில் கயிற்று நுனியைத் தொங்கவிடுவதும், கயிறு சரியாகப் பொருந்திக் கொள்ளாமல் அவள் கீழே விழுந்து முகத்திலும் இடுப்பிலுமாக அடிபட்டுக் கிடக்க நேரிடுகிறது. இந்த இரண்டு கதாபாத்திரங்களின் வாயிலாகக் குறத்தி முடுக்குப் பெண்களின் வேதனைகளையும் விசித்திரமான அனுபவங்களையும் ஜி. நாகராஜன் சொல்லிவிடுகிறார்.

குறத்தி முடுக்கில் வாழும் பெண்களின் காதல், அவர்களது ஆழ்மனத்திலிருக்கும் வேதனைகள், புலம்பல்கள், அன்றாடவாழ்வின் சித்திரங்கள் இப்படியாக இந்த நாற்பது பக்கமும் நகர்கிறது. திருமணம் செய்து குழந்தை பெற்றுக்கொள்வது என்பது இந்திய வாழ்முறையில் தவிர்க்க இயலாத ஒன்று. அதைத் தவிர்க்கும் அறிவுஜீவிகளின் மனப்போராட்டங்களைப் பற்றிய கதைகளும் திரைப்படங்களும் ஏராளமாக வந்திருக்கின்றன. குறத்தி முடுக்கில் வரும் பத்திரிகையாளர் குழந்தை பெற்று வளர்த்தெடுப்பதைக் கேலி செய்கிறார். தினமும் வாடகைக்கு சைக்கிள் வாங்கி ஓட்டுவதை விடச் சொந்தமாக ஒரு சைக்கிள் வாங்கிக்கொள்வது நல்லது என்று நினைத்துக்கொள்பவர். இந்த உவமானம் ஒரு பெண்ணாக இருக்கிறது. அப்பெண் அவருக்கு காமத்திற்கு மட்டும் தேவைப்படுகிறவளாக இருக்கிறாள். இதன்பொருட்டே குறத்தி முடுக்கிற்குச் சென்று தங்கத்தின்

மேல் வழக்கம்போல மத்தியவகுப்பு சாமானியர்கள் கொள்ளும் காதலை ஏற்படுத்திக்கொள்கிறார்.

பெண்ணைக் கையகப்படுத்திக்கொள்ளும் ஆண் மனோபாவமாகத்தான் இதனை எடுத்துக்கொள்ள வேண்டியிருக்கிறது. தங்கத்தை ஒருமுறை சந்திக்க வரும் பத்திரிகையாளர் சற்றுத் தாமதமாக வர நேரிடுகிறது. அப்போது தங்கத்தின் வீட்டிலிருந்து வேறொரு ஆள் வெளியேறுகிறார். தங்கம் அந்த ஆளை அத்தானைப் பார்க்க வந்தவர் என்றும், தன்னைப் பார்க்க வந்தவரில்லை என்றும் பத்திரிகையாளரிடம் சொல்கிறாள். ஜி. நாகராஜன் குறிப்பிடுகிற இந்த இடம் காலகாலமாக இந்திய ஆண்கள் தங்களது நிலத்தை, பணத்தை, வீட்டை, சொத்தை, உடைமைகளைத் தங்களது பெயரில் தங்களது வசத்தில் வைத்திருப்பது போலத்தான் பெண்ணையும் வைத்திருக்கிறார்கள் என்பதைச் சொல்கிறது. 'குறத்தி முடுக்கு' மறைமுகமாகவும் குறிப்பாக உணர்த்துவது இதனைத்தான்.

ஜி.நாகராஜனின் மொத்தவுலகமுமே இப்படியாகத்தான் இருக்கிறது. ஏன் இவ்வுலகை அவர் தேர்வு செய்தார்? இதைத் தொடர்ந்து எழுத வேண்டியதன் அவசியமும் தேவையும் என்ன? அவர் வாழ்ந்த இதே காலகட்டத்தில் எழுதிய எழுத்தாளர்கள் பலரும் எழுதித் தள்ளியது என்ன? அவரது புனைவுலகத்தில் வரும் அடித்தட்டு மக்களைப் பற்றிய சித்திரங்களைத் தவிர பிற மனிதர்களைப் பற்றிய வரைகோடுகள் என்ன? அவர்களைப் பற்றி ஜி. நாகராஜன் என்ன கருதுகிறார்? என்கிற பல கேள்விகளை இந்த நீள்கதை நம்மிடம் எழுப்புகிறது.

சென்னை	**எஸ். செந்தில்குமார்**
11.11.2013	ssenthilkumar.writter@gmail.com

குறத்தி முடுக்கு

என் வருத்தம்

நாட்டில் நடப்பதைச் சொல்லியிருக்கிறேன். இதில் உங்களுக்குப் பிடிக்காதது இருந்தால் "இப்படியெல்லாம் ஏன் நடக்கிறது?" என்று வேண்டுமானால் கேளுங்கள்; "இதையெல்லாம் ஏன் எழுத வேண்டும்?" என்று கேட்டுத் தப்பித்துக் கொள்ளப் பார்க்காதீர்கள். உண்மையைச் சொல்வதென்றால் முழுமையுந்தான் சொல்லியாக வேண்டும். நான் விரும்பும் அளவுக்குச் சொல்ல முடியவில்லையே என்பதுதான் என் வருத்தம்.

குறத்தி முடுக்கின் வீடுகள்தோறும் பெண்கள் நின்றுகொண்டிருக்கின்றனர். தெருவில் விளக்கொளி மங்கலாக உள்ளது. காரணம் பல மின்சார விளக்குகளின் பல்புகள் உடைந்திருப்பதே. சிறிது பேச்சொலி மட்டும் கேட்கிறது. தெருவில் அதிகப்படியான நடமாட்டம் இல்லை. அடுத்த, பக்கத்து தெருக்களிலெல்லாம் அதிகப்படியான வெளிச்சம்; அதிகப்படியான மனித நடமாட்டம்.

ஒரு வாலிபன் தெருவின் இருபுறங் களையும் பார்த்தவண்ணம் வேகமாக நடந்து வருகிறான். வீட்டு வாயிற்படிகளில் நிற்கும் பெண்கள் அவனைக் கண்டதும் அசைந்துகொடுக்கின்றனர்; இலேசாக ஏதோ முணுமுணுக்கின்றனர்; மெல்லச் சிரித்து அவனை உற்று நோக்குகின்றனர். வாலிபன் குறத்தி முடுக்கைக் கடந்து வெளியே வருகிறான். ஒரு வெற்றிலை பாக்குக் கடைக்குச் சென்று சிகரெட்டு வாங்கிப் பற்றவைத்துக்கொள்கிறான். மீண்டும் குறத்தி முடுக்கினுள் பிரவேசிக்கிறான். இப்போது அவன் வீதியின் நடுவில் நடந்து வரவில்லை; ஒரு ஓரமாக வருகிறான். ஒரு வீட்டை அடைந்ததும் வாயிற்படியில் தயங்கி நிற்கிறான். வாயிற்படியில் உட்கார்ந்திருக்கும்

சிறுமி, எழுந்து உள்ளே சென்று, அவனையும் உள்ளே வருமாறு சமிக்ஞை செய்கிறாள். அவன் உள்ளே நுழைகிறான். கதவு தாளிடப்படுகிறது.

அறையினுள் மங்கலான விளக்கு. ஒரு பாய் விரித்துக் கிடக்கிறது. சுவரோரமாகக் கட்டப்பட்டிருக்கும் கயிற்றில் சில சேலைகளும் ஜம்பர்களும் தொங்குகின்றன. சுவரில் அங்குமிங்குமாகச் சில சினிமாப் படங்கள் கத்தரித்து ஒட்டப்பட்டிருக்கின்றன.

"என்ன கேக்கிறே?"

"அஞ்சு ரூபாய் தா."

"உம் ... ஒரு ரூபாய் தரேன்."

"ஒரு ரூபாய்க்கு வரத்துக்கு இங்கு ஒருத்தரும் இல்லை; அதற்குக் கொஞ்ச காலம் கழிச்சு வாங்க." அவள் கதவருகே செல்கிறாள். அவனும் செல்கிறான், அவளைவிட வேகமாக. அவன் இருட்டில் தடுமாறுகிறான்.

"சரி, மூணு ரூபாய் தா."

"உம், ஒரு ரூபாய்க்கு மேலே கிடையாது; நீ ஒழுங்கா நடந்துகிட்டா கூட எட்டணா தருவேன்."

அவள் சேலையைத் திருத்திக்கொள்ளும் பாவனையில் அவளது மார்பகத்தைக் காட்டுகிறாள். அவன் அவளை ஏற இறங்கப் பார்க்கிறான்.

ஜி. நாகராஜன்

"சரி, இரண்டு ரூபாய் வச்சுக்க."

"சரி எடுங்க!" என்கிறாள்.

"வா, முடிச்சிட்டுத் தரேன்" என்று கூறிக்கொண்டே அவன் அவளது முதுகின் மேல் கையை வைக்கிறான்.

"சு, இங்கே ஒண்ணும் தகராறு பண்ணாதீங்க. முன்னாலே ரூபாயை எடுங்க."

அவன் இரண்டு ரூபாயை எடுத்து அவள் கையில் தருகிறான். அதை அவள் வாங்கி, நிறுத்தி நிதானமாக அவளது இடுப்பில் முடிந்துகொள்கிறாள். அவன் அவளது அழகை ரசித்தவண்ணம் நிற்கிறான். அவள் பாயைச் சரிப்படுத்திவிட்டு, தலைமயிரை விலக்கி, பாயில் படுத்துக்கொண்டு ஜம்பர் முடிச்சை அவிழ்த்துவிடுகிறாள். அவன் அவளருகே உட்கார்ந்துகொண்டு, அவளது உதடுகளிலும், கன்னத்திலும், கழுத்திலும், முத்துகிறான். அவன் முத்திய ஒவ்வொரு இடத்தையும் அவள் துடைத்துக் கொள்கிறாள்.

"உன் பெயரென்ன?"

"மரகதம்."

"வயசு?"

"பதினாறு."

"நீ இங்கே வந்து எவ்வளவு காலமாச்சு?"

"ஒரு மாசமா."

"உம், பொய் சொல்றே."

அவளது வலது கை அவனது வயிற்றுக்கு அருகே செல்கிறது. அவன் அவளது கையைத் தடுத்து நிறுத்துகிறான். அவளது முகம் மாறுகிறது.

"உம், சீக்கிரம். நேரமாகுது."

"என்ன நேரமாகுது? இப்பத்தானே வந்தேன்."

அவன் அசட்டுச் சிரிப்புடன் அவளை முத்த முயலுகிறான். அவள் வெடுக்கென்று முகத்தைத் திருப்பிக் கொள்கிறாள். அவளை முறைத்துப் பார்த்துக்கொண்டே அவன் எழுந்து வருகிறான்.

ஐந்து நிமிடங்கள் ஆகின்றன. அவள் அவனைப் பார்த்துப் புன்முறுவல் பூக்கிறாள். அரை மனதோடு அவன் சிரிக்கிறான். இருவரும் எழுந்து ஜலசுத்தி செய்துகொள்கின்றனர். அவள் ஆடையைச் சரிசெய்து கொள்கிறாள்.

"காப்பிக்கு எதுவும் தாங்க."

"உம் உம், கதவைத் திற" என்று சொல்லிக்கொண்டே, அவன் அவள் கன்னத்தைத் தட்டுகிறான். அவள் கதவைத் திறக்கிறாள். அவன் வெளியேறுகிறான். அடுத்த வீட்டு வாசலிலே நின்றுகொண்டிருக்கும் ஒரு 'பெரிசு' பெருமூச்சு விடுகிறது. மரகதம் அதிர்ஷ்டக்காரி; அவள் 'பொடிசு.'

குறத்தி முடுக்குக்கு அடுத்து ஒரு பெரிய தெரு. அங்கு டீக்கடையில் நான் உட்கார்ந்திருந்தேன். மூன்றாவது சிகரெட்டைப் பற்றவைத்துக்கொண்டே மற்றுமொரு கப் டீக்கு உத்தரவிட்டேன். சென்வர் "ஒரு கப் ஸ்ட்ராங் டீ" எனப் பறையறிவித்தான். டீக்கடை கிராமபோன், அடுத்த கடை, எதிர்த்த கடை கிராமபோன்களோடு போட்டி போட்டுக்கொண்டு அலறிக்கொண்டிருந்தது. எனக்கு எதிரே உட்கார்ந்திருந்த கூட்டம் ஒன்று, ஒரு கப் டீயைக் குடித்துவிட்டு, இரைச்சலும் நகைப்பும் போட்டுக்கொண்டு ஓட்டலை விட்டுக் கிளம்பியது. கடிகாரத்தைப் பார்த்தேன். மணி இரண்டரை. இன்னும் சிறிது நேரத்தில் இரண்டாவது காட்சி முடிவடைந்து அவிழ்த்துவிடப்பட்ட மந்தை சிறிது சிறிதாகச் சின்னாபின்னமாகச் சிதறித் தொழுவங்களிலே அடைந்துவிடும். ஓட்டல் கிராமபோன்கள் சர்க்கஸ் விளையாடிக் களைத்த சிறுமிகளைப் போல, தொண்டை கனத்து, தலை கவிழ்த்து சிறிது நேர ஓய்வுக்குள் ஆழ்ந்துவிடும். ஓட்டல் வேலையாட்கள் பாத்திரம் கழுவும் சத்தத்தைத் தவிர வேறொரு சத்தம் இருக்காது. பகட்டான மெர்குரி விளக்கு மட்டும் எரிந்துகொண்டிருக்கும்.

ஓட்டல் முதலாளி ஒரு பத்திரிகையை அவர் முன் விரித்துப் பிடித்து வாசித்துக் கொண்டிருந்தார். என் பார்வை பத்திரிகையின் மீது விழுந்தது. நான் இரண்டு தினங்களுக்கு

முன் அனுப்பிய செய்தியின் தலைப்பு என் கண்களிலே பட்டது. 'குழந்தை பெற்றால் தாயின் அழகு குறையுமா?' என்ற கேள்வியே அந்தத் தலைப்பு. நான் அனுப்பிய செய்திக்குக் காரியாலயத்தில் இருந்த ஆசிரியர் கொடுத்திருந்த தலைப்பை வாசிக்கவும் எனக்குச் சிரிப்பு வந்தது. எங்கள் பத்திரிகை தமிழ்நாட்டில் பிரபலமான ஒரு பத்திரிகை. தமிழ்நாட்டில் மெத்தப் படித்தவரும், சிறிது படித்தவரும், படிக்கமட்டும் தெரிந்தவரும், எல்லாருமே அதை வாங்கியோ வாங்காமலோ வாசித்தனர். முதலிரண்டு சாரார் மட்டும் அதைக் குறை கூறிக்கொண்டே வாசித்தனர். எங்கள் பத்திரிகை மட்டரகச் செய்திகளைப் பிரசுரிக்கிறது என்பது அவர்கள் குற்றச்சாட்டு. ஆனால் எங்கள் பத்திரிகையின் ஆசிரியர் இந்தக் குற்றச்சாட்டைப் பொருட்படுத்தவில்லை. "தெருக்கோடியில் இட்டிலி விற்கும் பாட்டிக்கும் எனது பத்திரிகையில் செய்தி இருக்க வேண்டும்" என்று அவர் பெருமையுடன் கூறிக்கொள்வார். நானும் அவர் கொள்கையை ஏற்றுக்கொண்டவனே. ஐ.நா.சபையில் க்யூபா பற்றி அமெரிக்கப் பிரதிநிதி ஆற்றிய சொற்பொழிவைப் பத்தி பத்தியாக ஏன் ஒரு தமிழ்ப் பத்திரிகை வெளியிட வேண்டும்? கிரிக்கெட் என்றால் என்னவென்று தெரியாத நாட்டில் எந்த டெஸ்ட் பந்தயத்துக்கு யார் நடுவர் என்ற செய்தியைத் தெரிவிக்க என்ன அவசியம்? புற்றுநோயை அறியாத நாட்டில், அந்நோயை அறிந்திருந்தாலும் அதன் நிவாரணத்தைப் பற்றிக் கவலைப்படாத நாட்டில் புற்றுநோய்க்குப் புதிய சிகிச்சைமுறை கண்டுபிடிக்கப்பட்டதற்கு ஏன் முக்கியத்துவம் தர வேண்டும்? எங்கள் பத்திரிகை தமிழில் வெளிவருவது; தமிழ்நாட்டு மக்களுக்காகவே வெளியிடப்படுவது. எனவே தமிழ்நாட்டின் செய்திகளுக்குத்தானே முதலிடம் தரவேண்டும்! இதுதான் எங்கள் பத்திரிகை ஆசிரியரின் கொள்கை; எனது கொள்கையுங்கூட. இந்தக் கொள்கையின் விளைவாக எங்கள் பத்திரிகையின் தமிழ்நாட்டு நிருபர்களுக்கு ஓய்வு ஒழிச்சலில்லாத வேலை. தூக்கு, சாவு, குத்துவெட்டு,

ஆண் – பெண் ஓடிவிடுவது, ஜிஞ்சரினால் மரணம், கையைப் பிடித்து இழுத்தது, ஜம்பர் காணாமற் போனது, அலங்காரம் கலைந்தது, கிழவன் குமரி கல்யாணம் – இத்தனை செய்திகளையும் திரட்டித் தருவது எங்கள் பத்திரிகை நிருபர்களின் வேலை.

நான் இந்த வேலையைத் திறம்படச் செய்தேன் என்றுதான் சொல்ல வேண்டும். எனக்கு இந்த வேலை பிடித்ததா இல்லையா என்று கேட்காதீர்கள். எந்த வேலையைப் பற்றியும் அந்தக் கேள்வியைக் கேட்காத அளவுக்குத்தான் ஒருவன் அந்த வேலையை நன்கு செய்யமுடியும். மேலும் சுதந்திரம் வந்துவிட்ட காலம். தேச பக்தர்கள் சிறை வாழ்க்கையையும், அகிம்சா போராட்டங்களையும் மறந்துவிட்டுத் தத்தம் தொழில்களில் ஈடுபட்டிருந்தனர். ஒவ்வொரு இந்தியனும் தனது தொழிலைத் திறம்படச் செய்வதிலேயே முழுக் கவனத்தையும் செலுத்தவேண்டும் என்று தலைவர்கள் போதித்து வந்தனர். நானும் காலத்துக்கு ஏற்றவாறு மாறியிருந்தேன். நண்பன் ஒருவனுக்கு இரவலாகக் கொடுத்திருந்த 'பாரதி பாடல்க'ளைக்கூடத் திரும்பக் கேட்க மறந்துவிட்டேன். போலீசிடத்தும், அரசாங்க அதிகாரிகளிடத்தும், எனது தகப்பனாரிடத்தும் எனக்கிருந்த வெறுப்பெல்லாம் படிப்படியாக மறைந்துவிட்டது. சிகரெட்டு, பாப்ளின் ஷர்ட்டு, அழகிய மோட்டார் கார்கள் இவையெல்லாம் என் மோகத்துக்கு இலக்காயின. சிரித்துப் பேசுவதில் அவமானப்பட வேண்டியது ஒன்றுமில்லை என உணர்ந்தேன். இவற்றுக்கெல்லாம் மேலாக மற்றொரு மாற்றம். மக்கள் கூட்டத்தைத் தேச பக்தர்கள், தேசத் துரோகிகள் என்ற இரண்டே வகுப்பாகப் பிரிக்காமல், ஒவ்வொரு ஆணும் பெண்ணும் ஒரு ரகம் என்று ஒத்துக்கொண்டேன். யாரையும் நல்லவன் – கெட்டவன், உலோபி – தாராளக்காரன், பெரிய புத்திக்காரன் – சிறிய புத்திக்காரன், யோக்கிய – அயோக்கியன் என்ற முறையில் பார்க்காது, அவனது தேவைகள் என்ன, அவற்றை நான்

எந்த முறையில் பூர்த்தி செய்து அவனிடத்திலிருந்து என்ன பிரதி உபகாரத்தை எதிர்பார்க்க முடியும் என்ற முறையில் சிந்திக்கலானேன். இத்தகைய மனப்பான்மை ஒன்றை நான் புதிய கண்டுபிடிப்பாகவே கருதினேன். மனிதர்களைப் பற்றிய கண்ணோட்டம் மாறும்போது வாழ்க்கையைப் பற்றிய கண்ணோட்டமே மாறுகிறது. வாழ்க்கையில் பல பிரச்சனைகளைப் புதிய ஒளியில் கண்டு புதிய தீர்வுகளுக்கு வந்தேன். உதாரணமாக, குடும்ப வாழ்க்கையைப் பற்றி-நான் மணமாகாத நிலையில்- சற்றுப் புதிய கண்ணோட்டத்துக்கு வந்திருந்தேன். காதல் தூண்டி ஏற்படும் நிலையாகவோ, காதல் நிலைநிறுத்தி வைத்திருக்கும் நிலையாகவோ என்னால் குடும்ப வாழ்க்கையைப் பார்க்க முடியவில்லை. காதல் என்பதன் உள்ளர்த்தமே எனக்கு வேறு விதமாகப்பட்டது.

ஆணுக்குப் பெண் தேவை; பெண்ணுக்கு ஆண் தேவை. இதை என்னால் புரிந்துகொள்ள முடிந்தது. ஒரு ஆணும், ஒரு பெண்ணும் தங்கள் வாழ்நாள் முழுவதும் இணைந்து வாழச் சம்மதிப்பது - இதையும் என்னால் புரிந்துகொள்ள முடிந்தது. இது லட்சிய அமைப்பு என்று சொல்லமுடியாவிட்டாலும், குழந்தை வளர்ப்பு என்ற தொல்லைக்கு வேறொரு தீர்வு இருக்க முடியாது. குழந்தை வளர்ப்புத் தொல்லை இல்லாதிருந்தாலும், ஒரு ஆணும் ஒரு பெண்ணும் கூடி வாழ்வதில் பல அனுகூலங்கள் உள்ளன. என் நண்பன் ஒருவன் கூறியது போல, தினம் தினம் சைக்கிள் ஒன்றை வாடகைக்கு

எடுப்பதை விட, முடியுமென்றால் ஒரு சைக்கிளை வாங்கி விடுவதுதான் சிறந்தது. இதில் பல வசதிகள் உண்டு. இந்த வசதிகளை நாம் எந்த அளவுக்கு உணர்ந்திருக்கிறோம் என்பதற்கு எடுத்துக்காட்டுதான், நாம் ஒரு குறிப்பிட்ட ஆண் பெண் சேர்க்கையை ஒரு தெய்வீக நிகழ்ச்சியாக, காதலின் மகத்தான வெளிப்பாடாகக் கருதுவதெல்லாம். இதைப் புரிந்துகொள்ளாது காதலுக்கு மணவாழ்க்கையின் அனுகூலங்களுக்கும் அப்பாற்பட்ட ஒரு அர்த்தத்தைக் கற்பிப்பது என்னால் புரிந்துகொள்ள முடியாத விஷயம். என்னைப் பொறுத்தமட்டில் என் காமத்தை நான் விலைமாதர்களிடத்துத் தீர்த்துக்கொள்ள முடியும்வரை திருமணத்தைப் பற்றி நினைக்கமாட்டேன். குடும்ப வாழ்க்கையின் சௌகரியங்கள் எல்லாம் எனக்கு வேண்டாம்; காதல் என்ற பைத்தியமெல்லாம் எனக்கில்லை. மற்றவர்கள் என்ன வேண்டுமானாலும் நினைத்துக்கொள்ளட்டும்; பிதற்றட்டும். என்னுடைய உணர்வுதான் மனிதனுக்கு இயற்கையான உணர்வு. அந்த இயற்கை உணர்வோடுதான் நான் அன்று வெளிக்கிளம்பி இருந்தேன். ஓட்டலில் காத்துக் கிடந்தேன்.

நான் எதிர்பார்த்துக் கிடந்த ஆசாமி வந்து சேர்ந்தான். ஒரு கப் டீ குடித்தான். இருவருமாக வெளியேறினோம். எங்கள் இருவருக்கும் இடையில் அதிகம் பேச்சு இல்லை. என்னை ஒரு புதிய 'சரக்கி'டம் கொண்டுசெல்வதாக வாக்குறுதி கொடுத்திருந்தான். இருவரும் குறத்தி முடுக்கின் வழியாகச் சென்றோம். தெருவில் அதிகம் சந்தடி இல்லை. மணி மூன்றாகிவிட்டதல்லவா? ஓரிரண்டு வீடுகள் மட்டும் திறந்திருந்தன. அவ்வீடுகளின் வாயிற்படிகளில் அரைத் தூக்கத்தில் பெண்ணின் பெருமையைப் பறை சாற்றிக் கொண்டு ஒரு சில பூங்கொடிகள் நின்றுகொண்டிருந்தன. இரவு ஏழு அல்லது எட்டு மணிக்கு வந்திருந்தால் தெருவே வேறு முறையில் காட்சியளித்திருக்கும். மல்லிகையும், செம்பங்கியும், குட்டிகுராவும், குளவுமாவும், வானவில்லின் வர்ணஜாலங்களும், சிரிப்பும், நகைப்பும், வாயடியும்,

வசைப்பாட்டும் என் முன்னால் துள்ளி விளையாடியிருக்கும் என்று நினைத்துக்கொண்டேன். பொடிசுகளும் பெரிசுகளும் நிற்கும் நிலையிலே, பார்க்கும் பார்வையிலே, 'வா, வா' என்று பிசாசின் குரலில் வரவழைப்பு கொடுத்து நிற்கும். நல்ல வேளையாகக் குறத்தி முடுக்கினுள் நான் தனியாக நுழையவில்லை! என்னை முடுக்கினுள் இட்டுச் சென்றவன் யார் என்பதை அறிந்துகொண்ட வனிதையர்கள் என்னைப் பொறாமையுடன் பார்த்தனர். எனக்கு காவலுக்கு மட்டும் ஆள் இல்லாதிருந்தால் என்னை ஆளுக்கு ஒரு புறமாகப் பிய்த்துக்கொண்டே போயிருப்பார்கள்.

"சரி, நீ போய் வெளியே நில்லு" என்று அவள் உத்திர விட்டாள். என்னுடன் வந்த ஆசாமி ஒன்றும் கூறாமல் வெளியேறினான். அவள் கதவைத் தாளிட்டுவிட்டு, "இப்படி வாங்க" என்று கூறிக்கொண்டே, உள்ளுக்கு அழைத்துச் சென்று, என்னை ஒரு பழைய நாற்காலியில் அமர வைத்துவிட்டு, அடுத்த அறைக்குச் சென்றாள். நான் இருந்த அறையைச் சுற்றுமுற்றும் நோக்கினேன். நான் வேறு எங்கும் பார்த்ததை விடச் சுத்தமான அறைதான். சுவரில் சிவன் – பார்வதி நடனக் காட்சிப் படம் ஒன்றும், ராமர்–சீதை படம் ஒன்றும் பக்கம் பக்கமாக மாட்டப்பட்டிருந்தன. படங்களுக்குக் கீழே தரையில் ஒரு அணைந்த குத்துவிளக்கு.

"இரண்டு நாளா தொடர்ந்து சினிமா போயிட்டிருந்தேன்" என்று கூறிக்கொண்டே, முகத்திலிருந்த வியர்வையை முந்தானையில் துடைத்த வண்ணம் அவள் வந்து என் முன்பிருந்த ஒரு பழைய பிரம்பு நாற்காலியில் உட்கார்ந்துகொண்டாள்.

"உன் பெயரென்ன?" என்று கேட்டுக்கொண்டே, நான் எனது நாற்காலியை அவளருகில் நகர்த்திப் போட்டுக்கொண்டேன்.

"தங்கம். உண்மைப் பெயர் லட்சுமி. இங்கு வந்த பிறகு மாற்றிக்கொண்டேன்" என்றாள். நான் என்னுள் சிரித்துக்கொண்டேன். இந்த விளக்கம் எல்லாம் எதற்கு?

ஜி. நாகராஜன்

“நீ இங்கே எவ்வளவு காலமா இருக்கே?”

“இங்கே வந்து அஞ்சு வருஷமாகிறது. எங்க சொந்த ஊர் மதுரை. உங்களுக்கு ஊரு இந்த ஊரா? அப்படித் தெரியலேயே?” என்றாள்.

நான் எந்த ஊரா இருந்தால் இவளுக்கு என்ன என்று நினைத்துக்கொண்டே, “நான் அடிக்கடி இந்தப்புறம் வரேனே, உன்னைப் பார்த்ததில்லையே?” என்றேன்.

“நான் உங்களை இரண்டு மூணு தரம் பார்த்திருக்கேனே. மைனர் மாதிரி ஜோராப் போவீங்களே” என்றாள் அவள்.

ஏது புது தினுசா இருக்கு என்று நினைத்துக்கொண்டே, அவள் கழுத்தில் கை வைத்துக் கன்னத்தில் முத்தமிட்டேன்.

“நீங்க படிச்சவர்தானே, உதட்டில் முத்தக் கூடாது என்று சொல்கிறார்களே, அது ஏன்?” என்று அவள் கேட்டாள். எனக்கு மீண்டும் சிரிப்பு வந்தது.

“ஏன்? யார் சொன்னது?” என்று கேட்டுக்கொண்டே, அவளை நிறுத்திவைத்து, நானும் நின்றுகொண்டு, கட்டியணைத்து உதடுகளில் முத்தினேன். அவள் இலேசாகப் பெருமூச்செறிந்து என் கண்களை உற்று நோக்கினாள்.

“என்ன பாக்கறே?” என்றேன்.

“நீங்க தங்கமானவரு” என்றாள்.

‘உஹூம், அதுக்குள்ளாற கண்டுபிடிச்சிட்டியே?”

“ஆமாம், அப்படித்தான். அதுக்குள்ளாற கண்டு பிடிச்சிட்டேன்” என்று கூறிவிட்டு, படுக்கையை விரித்து, தட்டித் தலையணையைப் போட்டுக்கொண்டிருந்தாள். நான் சற்று சங்கோசத்தோடு அவளையே பார்த்து நின்றேன். அவள் படுக்கையைச் சரிப்படுத்தவும் நான் அதில் சென்று அமர்ந்தேன். அவளும் அமர்ந்துகொண்டு என் தலையை அவளது மடியில் வைத்து என்னைப் படுக்க வைத்தாள். ஏது புது விதமான உபசாரமாக இருக்கிறதே,

எதுவும் பத்து பதினஞ்சு எதிர்பார்க்கிறாளா என்ன என்று எனக்குள் நினைத்துக்கொண்டே, அவள் மடியில் படுத்த வண்ணமே அவளது மார்பகத்தை வருடினேன். அவள் அதைக் கவனியாது, என் முடியைக் கோதியவண்ணம், "ஏன் முடியை இவ்வளவு நீளமா வச்சிருக்கீங்க?" என்றாள். அவள் கேள்விக்குப் பதிலளிக்க வேண்டும் என்று எனக்குத் தோன்றவில்லை. யாரும் என்னைத் தாஜா செய்வது எனக்குப் பிடிக்காது. அவளது மார்பகத்திலிருந்து என் கையை எடுத்து பையில் பர்ஸ் பத்திரமாக இருக்கிறதா என்று பார்த்துக்கொண்டேன். அதை அவள் கவனித்தாள். ஆனாலும் கவனியாது போல, என் முகத்தில் முத்திவிட்டு, மெள்ள என்னை அவள் மடியிலிருந்து எழுப்பி மல்லாந்து படுத்துக்கொண்டாள்.

மணி நான்குக்கு அவள் எனக்குக் கதவைத் திறந்துவிட்டு, வாசற்படியில் நின்றுகொண்டு, "சந்தோஷம்தானே?" என்று சிரித்துக்கொண்டே கேட்டாள். எனக்கு என்ன சொல்வது என்று புரியவில்லை. சங்கோசப்பட்டவாறே, தலையை அசைத்துக்கொண்டு படிகளில் இறங்கி நடந்தேன். நான் நான்கு அடி நடந்ததும் பின்புறம் அவள் கதவை அடைக்கும் சப்தம் கேட்டது. எண்ணினாற்போல மூன்று ரூபாய் கொடுத்ததற்குப் பதில் கூடக் கொஞ்சம் கொடுத்திருக்கலாம். அவள் என்ன எதிர்பார்த்தாளோ? அவள் இந்தத் தடவை அதிகம் எதிர்பார்த்திருந்தால் அடுத்த முறை அவளிடம் சென்றால் அதிக மரியாதை எதிர்பார்க்க முடியாது. அதனால் என்ன? எடுத்த எடுப்பில் அடுத்த தடவை கொஞ்சம் அதிகமாகக் கொடுத்துவிட்டால் ஒழுங்காக நடந்துகொள்கிறாள் என்று எனக்குள் சிந்தித்துக் கொண்டே குறத்தி முடுக்கை விட்டு வெளியேறி வந்தேன். ஆசாமி எனக்காகக் காத்துக்கொண்டிருந்தான். அவன் கையில் எட்டணாவைத் திணித்துவிட்டு, வேகமாக எனது அறையை நோக்கி நடந்தேன்.

மணி மத்தியானம் மூன்று இருக்கும். குறத்தி முடுக்கில் மரகதத்தின் வீடு. மரகதமும் எதிர்த்த வீட்டு செண்பகமும் தாயமாடிக்கொண்டிருக்கின்றனர். இருவர் முகங்களும் கறுத்துச் சுருங்கி இருக்கின்றன. மரகதம், முகத்திற்கு ஒரே அழகாக இருக்கட்டும் என்று கண்களில் மையை அப்பிக்கொண்டிருக்கிறாள். மை, அவளது கண்கள் குழி விழுந்து இருப்பதை மறைக்கவில்லை. இருவரும் சாதாரண உடையில், தலை மயிரை இஷ்டம் போல் அள்ளிச்சொருகி, ஆளுக்கு ஒரு புறமாகக் கால்களை நீட்டிக்கொண்டு, உட்கார்ந்து விளையாடிக்கொண்டிருக்கின்றனர். செண்பகம் கர்ப்பவதியாகையால் பக்க வாட்டாகச் சாய்ந்து படுத்திருக்கிறாள். ஒரு இளைஞன் வீட்டினுள் நுழைந்து அவர்கள் இருவரையும் பார்த்துச் சிரித்துவிட்டு, அவர்கள் பக்கத்தில் உட்காருகிறான்.

"வா தம்பி, வா. மரகதம் உன்னைப் பற்றித்தான் ஏதோ சொல்லிக்கிட்டிருந்தா" என்று செண்பகம் பெரிய மனுஷி பாவனையில் கூறுகிறாள்.

"அக்கா, வயத்தை இப்படி ஏன் வளத்துக்கிட்டுப் போறே? வட்டத் தெரு வைத்தியர்கிட்டே போறதுதானே?

எவ்வளவு உண்டாயிருந்தாலும் கரைச்சிடுவாரே!" என்று சிரித்துக்கொண்டே இளைஞன் கூறுகிறான்.

"ஏண்டா, தம்பி! உன் சோலியைப் பார்த்துக் கீனு இருக்கமாட்டே?" என்று கூறிவிட்டு செண்பகம் ஆட்டத்தைக் கவனிக்கிறாள்.

"அக்காவுக்கு ஒரு பெண் குழந்தை வேணுமாம்" என்று மரகதம் விளக்குகிறாள். இளைஞன் மரகதத்தைப் பார்த்துக் கண் சிமிட்டுகிறான். மரகதம் மீண்டும் ஆட்டத்தைக் கவனிக்கிறாள். சிறிது நேரத்தில், "அக்கா, போதுமக்கா ஆட்டம். எனக்குக் கொஞ்சம் சோலி இருக்கு" என்று கூறிக்கொண்டே கைகளை நீட்டிச்சோம்பல் முறித்தவண்ணம் மரகதம் தரையில் சாய்கிறாள். பிறகு கைகளைச் சுழற்றியவண்ணம் தாயக் காய்களைக் கலைக்கிறாள். "இந்தா, உனக்கு விளையாடணும்னா மட்டும் நான் இங்கே வரணும். ராணியம்மா

நிறுத்தச் சொல்லிட்டா நிறுத்திரணும், இல்லையா? இனிமே விளையாடக் கூப்பிடு சொல்றேன்" என்று கூறிக்கொண்டே, செண்பகம் சிரமப்பட்டு எழுந்திருக்கிறாள். மரகதமும் இளைஞனும் எழுந்து அறையில் சுவரோரமாகக்

கிடக்கும் கட்டில் ஒன்றில் அமர்ந்துகொள்கின்றனர். செண்பகம், "வரேன்டி, மரகதம்" என்று கூறிக்கொண்டே, ஆடியசைந்தபடி இறங்குகிறாள்.

"மரகதம், முதல்லே எனக்கு ஒரு ரூபாய் தா. இன்னிக்கு சினிமா போகணும்" என்று இளைஞன் சொல்கிறான்.

"ஆமாம், எப்ப பார்த்தாலும் பணம், பணம். எங்கிட்டே ஒரு தம்பிடி இல்லை" என்று கூறிவிட்டு மரகதம் இளைஞனின் முகத்தைப் பார்க்கிறாள். இளைஞன் ஏமாற்றம் அடைந்த சிறு குழந்தையைப் போல அவளைப் பார்க்கிறான்.

"கோவப்படாதே, ராசா. ஆறு ஆறரை மணிக்கு வா. இல்லாட்டி உன் வாலை அனுப்பு; கொடுத்து விடறேன்" என்று சொல்லிக்கொண்டே, மரகதம் இளைஞனின் கன்னங்களை இரு கைகளாலும் பற்றி, அவனது உதடுகளில் முத்துகிறாள். பிறகு அவனது முகத்தைத் தனது மார்பகத்தில் வைத்து அணைத்து ஆட்டுகிறாள். அவள் கண்களில் நீர் ததும்புகிறது. இளைஞன் தனது இரு கைகளையும் அவளது இடுப்பில் போட்டு, எதுவும் காசு கிடைக்குமா என்று துளாவுகிறான்.

"நான் சொன்னா உனக்கு நம்பிக்கை இல்லை?" என்று கேட்டுக்கொண்டே, மரகதம் மேலும் அவனது முகத்தைத் தன் மார்பகத்தில் வைத்து அழுத்துகிறாள். இந்த நேரத்தில் சுமார் நாற்பது வயதான ஒரு ஆசாமி வீட்டின் பின்புறத்திலிருந்து அவர்கள் இருக்கும் அறைக்குள் பிரவேசிக்கிறான். ஆசாமி வந்ததும் காதலர்கள் ஒருவரை விட்டு ஒருவர் பிரிகின்றனர். மரகதம் எழுந்து நிற்கிறாள். ஆசாமி உட்கார்ந்திருக்கும் இளைஞனை முறைத்துப் பார்க்கிறான். இளைஞன் சிரிக்கிறான்; ஆசாமி சிரிக்க வில்லை. ஆசாமி இளைஞனை நோக்கி மெல்ல நடந்து வருகிறான். அவன் முகத்தில் கடுகடுப்பு தென்படுகிறது. தக்க சமயம் பார்த்து இளைஞன் தாவிக் குதித்து, வீட்டை விட்டு ஓடி, நடுத் தெருவில் நின்றுகொண்டு திரும்பிப்

பார்க்கிறான். ஆசாமி ஓங்கிய கையுடன் வாசலருகே ஓடி படிகளின் மீது குதித்து, தொடர்ந்து ஓடுவதாகப் பாவனை செய்கிறான். இளைஞன் கொஞ்சம் ஓடிவிட்டு, சிரித்துக்கொண்டே திரும்பிப் பார்த்தவண்ணம் நடை போடுகிறான்.

"இந்தா மரகதம், அவன் சகவாசத்தை விட்டிரு, சீக்குக்காரப் பயல்" என்று ஆசாமி எச்சரிக்கிறான். மரகதம் அவனைக் கவனியாது, தலை மயிரைச் சரிப்படுத்தியவண்ணம் நிற்கிறாள்.

"அத்தான் இன்னைக்கு சினிமாவுக்கு . . ." என்று மரகதம் இழுக்கிறாள்

"சரி, போய்த் தொலை. ஆனா சினிமாவுக்குப் போயிட்டு வந்து வாசப்படிலே தூங்கிட்டு கிடந்தே, உம் கொன்னுப் போடுவேன், கொன்னு" என்று ஆசாமி எரிந்து விழுகிறான்.

ஆசாமி துண்டைப் போட்டுக்கொண்டு வெளிக் கிளம்பு கிறான். ஏதோ பாட்டை முணுமுணுத்துக்கொண்டிருந்த மரகதம், "அத்தான் சில்லரை கொடுத்துட்டுப் போங்க" என்கிறாள். ஆசாமி எட்டணாக் காசை அவள் கையிலே தருகிறான்.

"இன்னும் எட்டணாத் தாங்க; ஏதாச்சிம் வாங்கித் தின்னனும்" என்கிறாள் மரகதம்.

"என்னத்தை வாங்கித் தின்னனும், உங்க ஆத்தாகிட்டே இருக்கச்சே ஏதாச்சிம் வாங்கித் தின்னுக்கிட்டா இருந்தே" என்று முணு முணுத்துக்கொண்டே, ஆசாமி அவள் கையில் நாலணாக் காசை வீசியெறிந்துவிட்டு வெளிக்கிளம்புகிறான். பத்து நிமிஷம் ஆகிறது. இளைஞன் மீண்டும் வருகிறான். அவளிடமிருந்து பனிரெண்டணாவையும் பெற்றுக்கொண்டு திரும்பி ஓட எத்தனிக்கிறான். அவள் அவனை அணைத்து முத்தமிடுகிறாள். இளைஞன் ஒருவாறாக விடுதலை அடைந்து வெளியே ஓடி மறைகிறான்.

எனது பட்டியலில் நான் தங்கத்தையும் சேர்த்துக்கொண்டேன். அவள் நடத்தை எனக்குப் பிடித்து இருந்தது. ஏன் குறத்தி முடுக்கில் இருந்த எல்லாப் பெண்களும் தங்கத்தைப் போலவே நடந்துகொள்ளக் கூடாது? உம், தொழில் தெரியாத அபலைகள்! யார் கண்டது. தங்கத்தைப் போன்ற ஒரு சிலருக்குத்தான் அதிகக் காம உணர்ச்சி உண்டு போலும்! அவர்கள்தான் சோர்வில்லாமல் தொழிலில் ஈடுபட முடிகிறது. தங்கம் சிறந்த தொழில்காரி என்பதில் சந்தேகமில்லை. இருந்தாலும், நான் எழுந்திருப்பதற்கு முன்னால் அவளிடம், "போதுமா?" என்று கேட்டது, அவள் குறும்புத்தனமாக, "போதாது" என்று கூறித் தலையை ஆட்டியது, இறுதியில், "நீங்க பெரிய ஆளுங்க" என்று சர்டிபிகேட் கொடுத்தது – இவையெல்லாம் எனக்குச் சாதாரணமாகத் தென்படவில்லை. என்னிடம் நடந்துகொண்டது போலவேதான் தங்கம் மற்றவர்களிடமும் நடந்துகொள்வாள் என்று நம்பவேண்டும் என்று தோன்றியது. அதே நேரத்தில் தங்கம் என்னிடம் மட்டும் ஏதோ விசேட முறையில் நடந்துகொண்டாள் என்று நம்ப வேண்டும் என்றும் விரும்பினேன். கூழுக்கும் ஆசை, மீசைக்கும் ஆசை.

அடுத்த முறை நான் தங்கத்திடம் சென்றபோது, வெகுநாள் பழகியவளைப் போல் அவள் முகமலர்ச்சியோடு என்னை வரவேற்றாள். நானும் வழக்கமான பதட்டம் இல்லாமல் சகஜமாக என்னிஷ்டப்படி அவளிடம் நடந்துகொண்டேன். அவளும் சகஜமாக அவள் இஷ்டப்படி நடந்துகொண்டாள். அவள் எப்போதும் எனக்கும் ஒரு படி மேலே போகத் தயாராக இருந்தாள். நான் உரத்துச் சிரிக்கவும் அவள் இன்னும் உரத்துச் சிரித்தாள். நான் காதல் நாடகத்தில் கதாநாயகனாக விளையாட்டுப் பாவனையில் பேசவும், அவளும் கதாநாயகி பாவனையில் கேலியோடு பேசினாள். அவளது விம்மிப் புடைத்த தனங்கள், மெல்லிய இடை, அழகாக இரு பகுதிகளாகப் பிரிந்த முதுகு, வாழைத்தண்டு போன்ற கழுத்து, மலர்ந்த ஆனால் ஊசி போன்ற கண்கள் – இவற்றில் சிறிதும் கட்டுப்பாடோ, தட்டுத் தடங்கலோ இல்லாமல் லயித்தேன். அவள் சிறிதும் அசிங்க உணர்ச்சி என்னிலோ, அவளிடத்தோ வெளித் தோன்றாத வகையில் எதிலும் ஈடுபட்டாள்; என்னையும் ஈடுபடுத்தினாள். அவள் எனக்குப் பால் இன்பத்தின் வற்றாத ஊற்றாகப்பட்டாள். நான் அவளிடத்து இரவு மூன்று மணிக்குப் பிறகே செல்வேன். ஆதலால் எனக்கு அவளது 'அத்தானின்' கெடுபிடித் தொல்லை கிடையாது. அன்று வீட்டின் புழக்கடையில் இருந்த துணி துவைக்கும் கல்லில் உட்கார்ந்துகொண்டு வெகுநேரம் பேசிக்கொண்டிருந்தோம். பட்டப்பகல் போல சந்திரன் பிரகாசித்துக்கொண்டிருந்தான். குளிர்ந்த மெல்லிய அதிகாலைக் காற்று எங்களைப் பரவசத்தில் ஆழ்த்தியது. மெல்லமெல்ல சேவலின் கொக்கரக்கோவும், குருவிகளின் கிசுமிசுப்பும், ஆடு மாடுகளின் மணியோசையும் நரநரப்பும், மனித நடமாட்டத்தின் சரசரப்பும் எங்கள் கனவிலே நுழைந்தன.

அன்று காலையில் அறைக்கு வந்ததும் ஒரு மணி நேரம் தூங்கியிருப்பேன். பாடிக்கொண்டே குளிர்ந்த தண்ணீரில் வேண்டுமளவுக்குக் குளித்தேன். காலைப்

பலகாரங்களைப் புதிய பசியோடு தின்றுவிட்டு, சிகரெட்டைப் புகைத்துக்கொண்டிருந்த நேரத்தில், வாழ்க்கைக்கே புதிய அர்த்தம் கண்டுகொண்டதுபோல் இருந்தது. 'எல்லாம் உடலைப் பற்றிய விஷயம்' என்று எனக்கு நானே கூறிக்கொண்டு, எனது அன்றாட வேலைகளில் கவனம் செலுத்த ஆரம்பித்தேன்.

குறத்தி முடுக்கில் ஒரு சாதாரண நிகழ்ச்சி. இரவு ஒன்பது மணி இருக்கும். நாற்பது வயதான ஒருவன் தெருவின் வழியே வந்துகொண்டிருக்கிறான். தள்ளாடும் நடை. எதிரே வேட்டியும் துண்டும் அணிந்த ஒருவன் அவனைச் சந்திக்கிறான். இருவரும் சற்று நின்று பேசுகின்றனர்.

"ஏது இப்படி?"

"யாரு? நீயா? ஒரு சோலியா வந்தேன்."

"வீட்டிலே எல்லோரும் சுகமா?"

"சுகம்தான். அவ பொறந்த வூட்டுக்குப் போயிருக்கா, வேறு ஒண்ணும் விசேட மில்லையே?"

"இல்லை. நான் அப்ப வரட்டுங்களா?"

"உம், செய்."

நாற்பது வயதானவன் நடையைத் தொடருகிறான். நின்று நிதானமாக ஒவ்வொரு வீட்டையும் பார்த்துச் செல்கிறான். ஒரு வீட்டிற்குள் நுழைகிறான். அவன் நுழையவும், வாசற்படியில் நின்றுகொண்டிருந்த செண்பகமும் மீனாட்சியும் வீட்டுக்குள் செல்கின்றனர். கதவு தாளிடப்படுகிறது. உள்ளே படுத்திருந்த சற்று வயதான செல்லம் வந்தவனை வரவேற்கிறாள். வந்தவன் சரக்குகள் இரண்டையும் உற்று நோக்கிவிட்டு,

செண்பகத்திடம், "சரி, நீ வா" என்று கையை நீட்டி அழைக்கிறான்.

"என்ன தருவீங்க?" என்று செல்லம் கேட்கிறாள்.

"என்னத்தைத் தரது? வழக்கமானதுதான்" என்று மனிதன் அலட்சியமாகப் பதில் கூறிவிட்டு, மடியிலிருந்து ஒரு ரூபாய்த் தாளை எடுத்துச் செல்லத்திடம் நீட்டுகிறான். செல்லம் அவனை முறைத்துப் பார்க்கிறாள். "இந்தா கலாட்டா கிலாட்டா பண்ணாமே மரியாதையா இருந்துட்டுப் போகணும், தெரியுதா?" என்று செல்லம் எச்சரிக்கிறாள். "அதெல்லாம் ஒண்ணும் பயப்படாதே. கலாட்டாப் பண்ற காலமெல்லாம் எப்பவோ போச்சு" என்று கூறிக்கொண்டே மனிதன் செண்பகத்தைத் தனி அறைக்கு அழைத்துச் செல்கிறான். கதவு சாத்தப்படுகிறது.

"இந்தா மீனாட்சி, அய்யாச்சாமியைக் கடையிலே சித்த இருக்கச் சொல்லு; எங்கேயும் போயிடப்போறான்" என்று செல்லம் உத்திர விடுகிறாள். ஏதோ பாட்டை முணு முணுத்துக் கொண்டே, மீனாட்சி படியில் இறங்குகிறாள். பக்கத்து அறையிலிருந்து கெட்ட வாடை குப்குப் என்று வருகிறது.

உள் அறையில் ஒரு சிறிய நாடகம். "நீங்க நல்லா இருப்பீங்க, வயத்திலே கொளந்தை இருக்கு, பதவானமா இருங்க" என்கிறது ஒரு

பெண் குரல். மனிதன் பெருமூச்சு விடுகிறான்; முக்குகிறான். "சிறுக்கி முண்டை! கண்ணைப் பாரு, கண்ணை. மூக்கைப் பாரு மூக்கை..." இன்னும் எழுதக்கூடாத வார்த்தைகள். அவன் கை வலி, கால் வலி, மன வலி எல்லாவற்றுக்கும் ஐந்து நிமிடங்களில் நிவாரணம் காண முயலுகிறான். அவன் உடலை வளைத்து, கால்களையும் கைகளையும் திருக்கிக் கழுத்தை நீட்டித் தன் அயர்வைப் போக்கிக்கொள்ளத் திண்டாடுகிறான். அவன் முகத்தில் ஒரு பெண்ணின் பிரசவ வேதனை தாண்டவமாடுகிறது. அவள் அசையாது கண்களை மூடி, பற்களை நெரித்துக் கிடக்கிறாள். அவளது நெஞ்சு ஒரு அடி உயர்ந்து தாழ்கிறது. சிறிது நேரத்தில் அவன் வந்த வழியைப் பார்த்துக்கொண்டு போய்விடுகிறான். இனி அவனுக்கு நல்ல தூக்கம் வரும்.

செண்பகத்துக்குத் தூக்கம் வரவில்லை. ஆனால் அரை மயக்கத்தில் கிடக்கிறாள். அவள் முகத்தில் வியர்வை வழிந்தோடுகிறது. பெருமூச்சு விடுகிறாள். வயிற்று வலி தாங்காமல் பல்லை நெரிக்கிறாள். அவள் கண்களிலிருந்து நீர் கொட்டுகிறது. செல்லம் அறையில் நுழையும்போது அவள் தனது ஆடைகளையும் சரிப்படுத்திக்கொள்ளாமல் கிடக்கிறாள். உதவிக்கு ஆட்கள் வருகின்றனர். செண்பகம் மாடியில் இருக்கும் இருட்டறைக்குக் கொண்டு செல்லப்பட்டு, அங்கு கிடத்தப்படுகிறாள். ஒரு விளக்கு மினுக்மினுக்கென்று எரிந்துகொண்டிருக்கிறது. அவளுக்கு முதலில் சோடாவும், பிறகு பலகாரமும் காப்பியும் கொடுக்கப்படுகின்றன. செல்லத்தின் முகத்தில் கலக்கம் தோன்றுகிறது. அவள் அதை அடக்கிக்கொண்டு, "அந்த மூதி சொன்னபடி கேட்டாத்தானே! கொளந்தை வேணுமாம் கொளந்தை! ராசத்துக்குக் கொளந்தை இருக்கேன்னா அவளுக்கு வச்சுச் சோறு போட ஆளிருக்கு" என்று இரைந்து கூறி மீனாட்சிக்கு எச்சரிக்கை செய்யும் பாவனையில் பேசுகிறாள். ஆழ்ந்த சிந்தனையில் இருப்பதுபோல மீனாட்சி நின்றுகொண்டிருக்கிறாள்.

எனக்குத் தங்கத்திடம் ஆசை ஏற்பட வில்லை. ஆனால் நான் வேறு எந்தப் பெண்ணிடமும் பெற்றிராத, பெற முடியாத இன்பத்தை அவள் எனக்குக் கொடுத்தாள். நான் அந்த இன்பத்தைத் தொடர்ந்து நிலை பெற்றிருக்க வைக்கவும், இன்னும் அதிகப்படுத்தவும் முயன்றேன். அதே நேரத்தில் அதிலிருந்து விடுபடவும் துடித்தேன். எனக்கு அவளிடத்து ஆசை ஏற்பட்டு இருந்தாலோ நானும் அவளும் மணக்க விரும்பியிருந்தாலோ, மண முயற்சியும், அதில் ஏற்படும் தடங்கல்களும், தடங்கல்களை எதிர்த்த போராட்டமும் எங்கள் ஆசையைப் பத்து மடங்கு பெரிதாக்கியிருக்கும். ஆனால் அதற்கெல்லாம் இடமில்லை. அவள் எனக்கே உரியவள் என்ற பிரமையைச் சிறிது காலமாவது அனுபவிக்க என் உள்ளம் துடித்தது. அவள் எதுவும் கேட்டால் உடனே வாங்கித் தருவேன். ஆனால் அவள் எதுவும் கேட்பதுதான் அபூர்வம். "ஆண்களைப் பெண்கள் கெடுப்பதே அப்படித்தான்" என்று அதற்கு விளக்கம் கூறுவாள். அவளது அத்தானைச் சரிக்கட்டி இரண்டு மூன்று இரவுகள் தொடர்ந்து அவளோடு கழித்தேன். என் கையிலிருந்த பணத்தைச் செலவழித்து அவளது வீட்டின் உட்தோற்றத்தையே மாற்றியமைத்தேன். அவளது உள்ளத்தைத் துருவித்துருவி ஆராய்ந்து, அதில் ஒரு மூலையில் அவள்

ஒளித்து வைத்திருந்த வெறுப்புணர்ச்சியைக் கண்டுபிடித்து அதன் மூலம் எனது விடுதலையைப் பெற்றுவிட முடியாதா என்று தவித்தேன். அவளுக்கு என் மேல் ஆசையில்லை, என் பணத்தின் மீதுதான் என்று நிரூபிக்கப் பல சோதனைகள் நடத்தினேன். என் பரிசோதனைகள் தோற்றன. "அனாவசியமாகப் பணத்தை வீசியெறியாதிங்க. நான் சொல்வதைச் சொல்லிவிட்டேன். பிறகு ஒங்க பாடு" என்று என்னைத் தடை செய்யாமலும், அதே நேரத்தில் ஊக்குவிக்காமலும் பேசினாள்.

"நீ வாழ்க்கையிலே என்னதான் எதிர்பாக்கறே?" என்று ஒருநாள் பொறுமையற்றுக் கேட்டேன்.

"ஒண்ணுமில்லை" என்றாள்.

"ஒண்ணுமே இல்லையா?"

"உஹூம் . . . ஆனா ஒண்ணு இருக்கு."

"அது என்ன?"

"சொன்னா உங்களுக்குப் புரியுங்களா?"

எனக்குச் சிரிப்பு வந்தது. இவள் சொல்வது எனக்குப் புரியாதா?

"புரியும், புரியும். சொல்லு" என்றேன்.

"நடந்தது நடக்காம இருந்திருக்கணுங்க?"

"இனிமே நடக்காம இருக்கணுங்கறியா?"

"இல்லே இல்லே, நடக்காம இருந்திருக்கணும்."

"நடந்தது இனிமே நடக்காம இருந்திருக்கணுங்கறே, இல்லையா?" எனக் கூறிவிட்டு நான் சிரித்தேன். அவளும் சிரித்தாள். அவளது சென்ற கால வாழ்க்கையைப் பற்றி அவள் எனக்குக் கூறியதை எல்லாம் நினைத்துப் பார்த்தேன்.

தங்கத்துக்குக் கல்யாணமாகி இருந்தது. அவள் கணவன் நடராஜன் ஒரு தினுசான பேர்வழி. முதலில்

எங்கோ ஒரு ஆபீஸில் வேலை பார்த்துக்கொண்டிருந்தான். ஆபீஸ் பணத்தைக் கையாடல் செய்ததற்காக வேலையிலிருந்து நீக்கப்பட்டான். அதற்குப் பிறகு எந்த வேலையும் பார்க்காமல் முதலில்லா வியாபாரங்கள் ஆரம்பித்தான். அவனது முதலில்லா வியாபாரங்களில் ஓரிரண்டைப் பற்றி எனக்குத் தங்கம் விரிவாகச் சொன்னாள்.

ஒரு சமயம் நடராஜன் பித்தளையில் ஒரு சங்கிலியைச் செய்துகொண்டான். அதற்கு நன்றாக மெருகு ஏற்றி, சங்கிலியின் மதிப்பு ரூபாய் இருநூற்றைம்பது எனக் காட்டும் ஒரு பழைய நகைக்கடை பில் ஒன்றையும் சம்பாதித்துக்கொண்டான். சங்கிலியையும் பில்லையும் ஒரு வண்ணக் காகிதத்தில் சுற்றிக்கொண்டு, இரவு மூன்று மணிக்கு நகைப் பொட்டலத்தோடு மதுரையில் ஒரு பிரதானத் தெருவுக்குச் சென்றான். பொட்டலத்தைத் தெரு நடுவில் போட்டுவிட்டுப் பக்கத்தில் அடைத்துக் கிடந்த ஒரு கடையில் உட்கார்ந்துகொண்டான். ஒரு மணி நேரம் கழித்து, அவசர அவசரமாக ரயிலடிக்கோ, பஸ் ஸ்டாண்டுக்கோ சென்றுகொண்டிருந்த ஒரு மனிதர் தெரு வழியாக வந்தார். அவர் பொட்டலத்துக்கு அருகே வரவும், நடராஜன் அவர் அருகே ஓடி பீடி பற்றவைக்க நெருப்பு கேட்டான். மனிதர் நெருப்புப் பெட்டியை அவன் கையில் கொடுத்து நின்றுகொண்டிருக்கும்போது, அவரது

கண்கள் பொட்டலத்தில் விழுந்தது. இயற்கையாகவே பொட்டலத்தை எடுத்தார். "என்ன அது?" என்று கேட்டுக்கொண்டே, நடராஜன் மனிதரை இன்னும் நெருங்கினான். மனிதர் பொட்டலத்தைத் திறந்தார். உள்ளே பளபளவென்று மின்னும் சங்கிலி. கூடவே பில். சங்கிலியின் விலை இருநூற்று நாற்பத்திரெண்டு ரூபாய்! இருவரும் ஒருவரையொருவர் பார்த்துக்கொண்டனர்.

"நீங்க அதிர்ஷ்டக்காரருங்க" என்றான் நடராஜன்.

"எனக்கு என்ன அதிர்ஷ்டம்? காணாமப்போட்டவர் அதிர்ஷ்டக்காரருன்னு சொல்லுங்க" என்றார் மனிதர்.

"அவரைத் தெரியாட்டி?"

"போலீசிலே கொடுத்து காணாமப்போட்டவர் கையிலே சேர்த்துடனும்" என்றார் மனிதர்.

"அப்படியா? அப்ப நீங்களும் அதிர்ஷ்டக்காரரில்லை; காணாமப்போட்டவரும் அதிர்ஷ்டக்காரரில்லை. ஏதோ போலீசுக்காரருக்கு அதிர்ஷ்டம் அடிக்கும்" என்றான் நடராஜன் நக்கலாக. பிறகு மனிதர் முகத்தை உற்று நோக்கிவிட்டு, "இங்கே பாருங்க, நம்ம புள்ளை குட்டிங்க நல்லா கஷ்டப்படுது, நம்ம கையிலே பாதி சங்கிலியை நொடிச்சுத் தாங்க. பத்து நாளைக்குக் கவலைப்படாமே கஞ்சி சாப்பிடுறேன்" என்று யோசனை சொன்னான் நடராஜன்.

மனிதர் நடராஜனின் யோசனைக்கு ஆமோதிப்பு தராமலேயே, "ஆமாம், இதை எப்படி ஒடிக்கிறது?" என்றார்.

இந்த நேரத்தில் தூரத்தில் யாரோ வருவது மாதிரி தெரிந்ததும் இருவரும் பேசிக்கொண்டே நடையைக் கட்டினர்.

'நீங்க இப்ப எங்கே போகணும்?" என்றான் நடராஜன்.

"ரயிலடிக்கு."

“உடனே போகணுமா?”

“ஆமா, ரயில் வர நேரமாச்சு.”

“அடுத்த வண்டிக்குப் போங்களேன். சங்கிலியை ஏன் ஒடிக்கணும்? ஏழு மணி சுமாருக்கு நான் உங்களுக்கு ஒரு இடத்திலே நூறு ரூபாய் வாங்கித் தரேன். சாமானத்தை நம்ம கையிலே கொடுத்திடுங்க” என்றான் நடராஜன்.

“நான் இங்கே காத்திருக்க முடியாது. அவசரமாப் போகணும். ஒண்ணு வேணா செய். என் கூட ரயிலடிக்கு வா. எங்கிட்டே எழுபது, எண்பது இருக்கும், அதைத் தரேன், வாங்கிட்டுப் போ. சங்கிலி கண்டெடுத்தவர் கையிலேயே இருக்கட்டும்” என்று மனிதர் யோசனை சொன்னார். நடராஜன் இஷ்டமில்லாது சம்மதித்தான். இருவரும் ரயிலடிக்குச் சென்றனர். அதிக தாவா செய்து நடராஜன் எண்பத்தைந்து ரூபாய் பெற்றுக்கொண்டு வந்து சேர்ந்தான்.

மற்றொரு சமயம் ஒரு பெரிய மனிதரை நடராஜன் வீட்டுக்குக் கூட்டி வந்தான். இருவரும் வீட்டில் உட்கார்ந்து சிறிது நேரம் பேசினர். பிறகு நடராஜன் தங்கத்தைக் கூப்பிட்டு, “தங்கம் இன்னிக்கு ராத்திரி வீட்டுக்கு வரமாட்டேன். அண்ணாச்சிதான் வருவார்; கவனிச்சிக்க” என்று கூறிவிட்டுக் கண்ணைச் சிமிட்டினான். இருவரும் வெளிக் கிளம்பினர். இரவு ஒன்பது மணிக்குப் பெரிய மனிதர் வீடு தேடி வந்தார். தங்கம் அவருக்குச் சோறு போட்டு மரியாதை செய்தாள். பெரிய மனிதருக்கு மனைவி கிடையாது. என்றோ ஒரு நாள் தங்கத்தைப் பார்த்ததிலிருந்து ஆசைகொண்டுவிட்டார். விசாரித்து இன்னார் மனைவி என்று தெரிந்துகொண்டு ஆள் வைத்து நடராஜனையே அணுகிவிட்டார். நடராஜனும் அவர் பிரியம் போலவே நடக்கச் சம்மதித்து இருந்தான். பெரிய மனிதருக்குக் குஷி. தங்கத்தோடு சரசம் புரிந்து கொண்டிருந்தார். இரவு மணி பன்னிரெண்டு இருக்கும். நடராஜன் கதவைத் தட்டினான். தங்கம் கதவைத் திறந்தாள்.

நடராஜன் பார்வையும் நடையும் தங்கத்தையே திடுக்கிட வைத்தன. அவன் நேராகப் பெரிய மனிதரிடத்துச் சென்று கையில் பளபளவென்று கத்தியைக் காட்டி, "ஏண்டா பெரிய மனுசா, உனக்குக் கொஞ்சி விளையாட எம் பெண்டாட்டிதானாடா கிடைச்சா? உங்க வீடுகளிலே நான் இப்படி வந்து செய்யலாமா, சொல்லு. மரியாதையா ஒரு பச்சை நோட்டத் தள்ளாட்டி, இந்த ஊர்லே தலை காட்ட முடியாது" என்று இரைந்தான். பெரிய மனிதர் நடுங்கிவிட்டார். அடுத்த நாளே பச்சை நோட்டைத் தள்ள ஒத்துக்கொண்டார். நடராஜனை ஏமாற்ற முடியாது; அவன் உதவிக்கும் சாட்சிக்கும் இரண்டு பேர்களைக் கூட்டி வந்திருந்தான்.

தங்கம் நடராஜனைப் பற்றிய கதைகளைக் கூறும்போது எனக்குச் சற்று வெறுப்பாக இருக்கும். நடராஜன் செய்தது தப்பு, அயோக்கியத்தனம் என்றெல்லாம் சொல்வேன். "யாருதான் அயோக்கியத்தனம் பண்ணலே" அல்லது, "அவர் தப்பில்லே" அல்லது, "அவரு எனக்கென்னவோ நல்லவருதான்" என்று கூறி மழுப்புவாள். இன்னும் சில சமயங்களில், "இந்தப் பணத்தாசை இருக்கே, ரெம்பப் பொல்லாதது" என்பாள்.

ஒரு தரம், "உனக்குப் பணத்தாசை உண்டா?" என்றேன்.

"நிறைய இருந்திச்சு. அதுக்குத்தான் இப்ப நிறைய அனுபவிக்கிறேன்" என்றாள்.

"நடராஜன் இப்ப எங்கே?" என்று ஒருமுறை கேட்டேன்.

"எங்கேயோ இருக்காரு. உம், நீங்க சந்தோஷமா இருக்கணும்னு வந்திருக்கீங்க. என் கதையெல்லாம் சொல்லி உங்களை ஏன் சங்கடப்படுத்தணும்? நல்ல பெண்ணாப் பாத்து கல்யாணம் செய்துகிட்டு சொகமா இருங்க. நாங்க எல்லாம் கழுதைங்க" என்று கண்களின் விளிம்பில் நீர் கட்ட எங்கோ பார்த்துக்கொண்டு சொன்னாள்.

மாலை ஐந்து மணி. கோர்ட்டில் செண்பகத்துக்கும் மீனாட்சிக்கும் அபராதத் தொகையைக் கட்டிவிட்டு அச்சுதன் அவர்கள் இருவரையும் செல்லத்தின் வீட்டில் கொண்டு வந்துவிடுகிறான். கருச் சிதைவுக்குப் பின் செண்பகத்தின் உடல் சருகுபோல் உலர்ந்துவிட்டது. மீனாட்சி சேலையின் முந்தானையைக் கொண்டு தலையை மூடிய வண்ணம் தலைகுனிந்து நிற்கிறாள். அச்சுதன் செல்லத்தின் வீட்டுப் படிகளேறி உட்புகவும், இருவரும் பின்தொடருகின்றனர். அவர்களை வரவேற்கக் காத்திருக்கும் செல்லம், மீனாட்சியைக் கண்டதும் தூக்கிவாரிப் போட்டுக் கத்துகிறாள்.

“என்னடி இது?”

“வாயைப் பொத்திக்கிட்டுச் சும்மா இருந்தால்தானே. போலீசுக்காரங்க எல்லாம் மொதலாளிக கைக்கூலிங்க, அது இதுன்ட்டு நேத்து லாக்கப்புலே கூச்சல் போட்டதாம். மொட்டை அடிச்சி விட்டுட்டாங்க” என்று அச்சுதன் விளக்குகிறான்.

“அட மூதிகளா! ரெண்டு பேரும் என்னை நடுத்தெருவிலே நிறுத்தணும்னு திட்டம் போட்டிருக்கீங்களா?” என்று கேட்டுக்கொண்டே செல்லம் மீனாட்சியின் கன்னத்தைக் கிள்ளிவிட்டு, அவளது

தலையிலே மங்குமங்கு என்று போடுகிறாள். மீனாட்சி ஆடாமல், அசையாமல் தலை குனிந்து நிற்கிறாள். பிறகு செல்லத்தையும், அவள் வசவுகளையும், அடி உதைகளை யும் பொருட்படுத்தாது, பக்கத்து அறைக்குள் சென்று ஒரு கண்ணாடியை எடுத்து, அதில் தன் முகத்தைப் பார்த்துக்கொள்கிறாள். கண்ணாடியைப் பார்த்துச் சிரித்துக்கொண்டே ஏதோ பேசுகிறாள். கண்ணாடியை ஒருமுறை முத்திவிட்டு, அதை வைக்க வேண்டிய இடத்தில் வைக்கிறாள். அவள் நடத்தையைப் பார்த்ததும் செல்லம் அதிர்ச்சியுறுகிறாள்.

"என்னடி புத்தி மாறாட்டம் வந்திரிச்சா?" என்று கத்துகிறாள்.

செல்லத்தின் வார்த்தைகள் காதில் விழாதது போல, மீனாட்சி அறையின் நடுவில் ஒரு பாயை விரித்துவிட்டு அதில் உட்கார்ந்துகொண்டு ஜம்பர் பொத்தான்களைக் கழற்றுகிறாள்.

"என்னடி நாடகமா நடிக்கிறே?" என்று கூறிக்கொண்டே செல்லம் அவள் அருகே சென்று, கையைப் பிடித்து இழுத்து நிற்க வைத்து, அவள் கன்னத்தில் மாறிமாறி, பளீர் பளீர் என்று அறைகிறாள். மீனாட்சி இலேசாகச் சிணுங்கி அழுகிறாள்.

"அக்கா, அதை அடிக்காதே. புத்தி மாறிட்டாப்லதான் தெரியுது. நான் தூக்கமாத்திரை வாங்கி வரேன். அதைக் கொடுத்து அதைத் தூங்கப்போடு" என்கிறான் அச்சுதன். செல்லம் குய்யோ முறையோ என்று கூச்சலிடுகிறாள். மீனாட்சி அறையின் ஒரு மூலையில் உட்கார்ந்துகொண்டு தன் விரல்களை எண்ணிக்கொண்டிருக்கிறாள். செண்பகம் கைகளால் தலையில் அடித்துக்கொண்டு, உடைகளை மாற்றிக்கொள்ள ஆயத்தமாகிறாள்.

நான் ஒரு வார காலமாக ஊரிலில்லை. ஊருக்கு வந்ததும் தங்கத்தைப் பார்க்க விரும்பினேன். அவள், அவளது சென்றகால வாழ்க்கையைப் பற்றிக் கூறியதெல்லாம் என் மனதை விட்டு அகன்றுவிட்டது. இப்போது அவள் என் பாலுணர்வின் பிரதிபலிப்பு உருவாகவே என் மனக்கண் முன் வந்து நின்றாள். அவள் முந்தானையால் முகத்தைத் துடைத்துக்கொண்டே, "ராசாவுக்கு சந்தோசம்தானே?" என்று கேட்கும் காட்சி எனக்குத் தோன்றவும் சிரித்துக்கொண்டேன். அன்று காலையிலேயே அவளைப் பற்றி நினைக்க ஆரம்பித்துவிட்டேன். 'சே! ஏதோ இரத்தக் கொதிப்பைத் தணித்துக் கொள்வதற்காக அங்கு செல்கிறோம்; இந்த மனக் கோளாறுகளுக்கு எல்லாம் இடம் கொடுக்கலாமா?' என்று என்னை நானே கடிந்துகொண்டேன். என்றாலும் வழக்கத்துக்கு மாறாக இரவு ஒன்பது மணிக்கே தங்கத்தின் வீட்டு வாசலில் வந்து நின்றேன். அப்போதுதான் ஒருவன் தங்கத்தின் வீட்டிலிருந்து வெளியே வந்தான். எனக்குச் சங்கடமாக இருந்தது. தலையை வேறுபுறம் திருப்பிக்கொண்டேன். தங்கம் வாசலில் வந்து நின்றுகொண்டு சிரித்தபடியே, "உள்ளே வாங்க" என்றாள். ரேழிவரை சென்றேன். திரும்பிவிடலாம் போலிருந்தது. தங்கம் கதவை அரை குறையாக அடைத்தாள்.

"என்ன ஒரு மாதிரியா இருக்கீங்க? வந்தவரு என்னைப் பார்க்க வரலே; அத்தானைப் பார்க்க. அத்தான் இல்லேன்ட்டு சொல்லி அனுப்பிவிட்டேன்" என்று சொல்லிக்கொண்டே, மெதுவாக அரைகுறையாய்ச் சாத்தப்பட்டிருந்த வெளிக் கதவை முற்றும் சாத்தினாள். ரேழியில் விளக்கு ஒன்றுமில்லை; கூடத்து மின்விளக்கு ஒளி மங்கலாக ரேழியை நிறைத்தது. "பாத்தீங்களா? மறந்துட்டேன். உங்களுக்கூன்ட்டு அபூர்வமா ஒரு சிகரெட் வச்சிருக்கேன். அது இங்கெல்லாம் கிடைக்காதாம்" என்று கூறிக்கொண்டே, கூடத்திற்குள் ஓடிவிட்டுச் சிறிது நேரத்தில் ஒரு சிகரெட்டோடு வந்தாள். சிகரெட்டை என் வாயில் வைத்து, அதைப் பெண்களுக்கே உரிய முறையில் தீக்குச்சி

கிழித்துப் பற்றவைத்தாள். கட்டிலில் என்னருகே உட்கார்ந்து கொண்டு, "ராசாவை ஒரு வாரமா ஏது காணலே?" என்று கொஞ்ச ஆரம்பித்தாள். அன்று அவள் தலையில் மல்லிகை வைத்திருந்தாள். அதன் மணம் என்னை மயக்கவே, கனவு உலகத்திலிருந்து விடுபட்டவன் போல, சிந்தனையை உதறித் தள்ளிவிட்டு அவளைக் கட்டியணைத்தேன்.

"ராசாவுக்கு சந்தோசம் வந்திரிச்சு" என்று கூறிக் கொண்டே, அவள் என் பிடியிலிருந்து விடுபட்டு, "இங்கே

வாங்க" என்று சொல்லிக்கொண்டே கூடத்துக்குள் ஓடினாள். நானும் தொடர்ந்தேன். கூடத்து விளக்கை அணைத்தாள். ஒரு கணம் இருட்டு. மறுகணம் மற்றொரு ஸ்விச்சை அழுத்தும் சப்தம். அறையில் மீண்டும் ஒளி வந்தது. மெர்குரி குழலிலிருந்து ஒழுகிய நீல ஒளி. அறையைச் சுற்றுமுற்றும் பார்த்தேன். வெள்ளையடித்து மிகவும் சுத்தமாக இருந்தது. சுவரிலே வரிசையாகப் புதுப்படங்கள். ஒரு பெரிய கட்டில் வேறு. ஊதுவத்தி நறுமணம் அறையை நிரப்பியது.

"அத்தான் ரேடியோகூட வாங்கப் போறாரு" என்றாள் தங்கம்.

"எல்லாம் உன் சம்பாத்தியம்தானே?" என்றேன்.

"அப்படி ஒண்ணுமில்லே. நான் என்ன சம்பாரிச்சுக் கொடுத்துடறேன். இந்த வீட்லதான் லட்சுமி இருக்காம், அத்தானுக்கு."

"இந்த லட்சுமியா?" என்று கேட்டுக்கொண்டே, கட்டிலில் உட்கார்ந்துகொண்டு அவளது கைகளைப் பிடித்து இழுத்தேன்.

"ஆமாம், உங்க அத்தான் எப்படிப்பட்டவரு? நான் அவர்கூட சரியாகப் பழகலையே!" என்றேன்.

"பாவம், நல்ல மனுசரு."

"அவர் பொளெப்பே உன் சம்பாத்தியம்தானா?"

"உஹும், இல்லை. இது தவிர அவருக்கு இரண்டு வீடு இருக்கு. ஒரு வீட்டுலே இரண்டு பிள்ளை; இன்னொண்ணிலே மூணு இருக்கு."

"இங்கே நீ மட்டுந்தானா?"

"உம்."

"அது ஏன்?"

"அத்தானுக்கு எம்மேலே பிரியம். சரி, இதெ விடுங்க. வேறெ ஏதானும் பேசுங்க" என்றாள் வெடுக்கென்று.

"கோவமா?" என்றேன்.

உரிமையோடு என் மடிமீது சாய்ந்துகொண்டு, கையில் ஏதோ நூலையோ, நாரையோ ஒரு விரலில் இழுத்துச் சுற்றியவண்ணம், "இப்ப எல்லாம் நீங்க துப்பு துலக்கற மாதிரி கேள்வி கேக்கிறீங்க" என்று குற்றம் சாட்டினாள்.

"நான் ஒன்று கேட்கலாமா?" என்றேன்.

"ஊம், என்ன?" என்றாள்.

"நான் ஒரு வீடு எடுக்கிறேன். நீ என் கூடவே வந்திரு."

"எத்தனை நாளைக்கு?"

"மூன்று மாதமோ, ஆறு மாதமோ பிரியப்படி."

என்மீது சாய்ந்துகொண்டிருந்தவள் எழுந்து உட்கார்ந்து சிரித்தாள்.

"என்ன சிரிப்பு?" என்றேன்.

"இல்லே, எப்போதுமே நாம ரெண்டு பேரும் சேந்திருப்போம்ன்ட்டு சொல்லிடுவீங்களோன்னு பயந்தேன்."

"நீ அதற்குத் தயார்தான் என்றால் நானும் தயார்தான்" என்று சற்றுத் தடுமாற்றத்தோடு சொன்னேன்.

"உண்மையாகவா?" என்றாள்.

"ஆமாம், உண்மையாக."

"சத்தியமா?"

"எனக்கு சத்தியம் செய்து தரதிலே நம்பிக்கை இல்லை."

"சத்தியம் செய்து கொடுத்தாத்தான் என்ன? எனக்குத்தான் ஏற்கெனவே ஒரு புருஷன் இருக்காரே?"

"ஆமாம் ஆமாம், உனக்குப் புருஷன் இருக்கிறதுனாலேதான் நீ இங்கே குறத்தி முடுக்கிலே இருந்துட்டிருக்கே, இல்லே?"

"குறத்தி முடுக்கிலே இருந்தா, அதனாலே தாலியறுந்தவளாயிடுமா?" என்றாள்.

ஜி. நாகராஜன்

“சீக்கழுதை! என்னைவிடத் துட்டுக்காரன், எவனாவது இளிச்சவாயன் சிக்குவான்ட்டு பாத்திட்டிருக்கே. அவ்வளவுதானே?”

அவள் பதில் பேசவில்லை.

நான் கட்டிலிலிருந்து எழுந்தேன். தரையை உற்று நோக்கிக்கொண்டிருப்பதுபோல் உட்கார்ந்திருந்த அவள், ஒன்றும் சொல்லாமல், எனது விலாவைச் சுற்றிக் கைகளை வீசி என்னைக் கட்டி இழுத்தாள். நான் உதறினேன். நான் திமிறிக்கொண்டிருக்கவும், அவள் மீறி, என்னைக் கெட்டியாக அணைத்து – எத்தனை இரும்புப்பிடி – எனது உதடுகளில் முத்தினாள். நான் செயலற்று அவள் கண்களை நோக்கினேன். அவள் ஒருமுறை சிரித்துவிட்டு, மறுமுறை என் தலையை அவளது கழுத்தோடு அணைத்துக்கொண்டாள். அவள் கன்னத்தோடு என் கன்னம் உராய்ந்தபோது அவளது வெப்பமான கண்ணீர் என்னைக் குளிரச்செய்து, எனது உடலை ஒரு குலுக்குக் குலுக்கியது. அவளது இரு கன்னங்களிலும் மாறி மாறி முத்தினேன். என் உதடுகள் உணர்ந்த உப்புச் சுவையை அவை இன்னும் மறந்துவிடவில்லை.

“உங்களுக்கு என்ன வயசாகுது?” என்றாள்.

“இருபத்தி மூணு. உனக்கு?”

“இருபதிருக்கும்.”

“முகத்தைக் கழுவிக்கிட்டு மேக்கப் பண்ணிட்டு வா” என்றேன்.

“நீங்களும்தான்” என்றாள்.

“அத்தான் பதினொரு மணிக்கு வருவாரு. பத்து பதினஞ்சு, என்ன இருக்கோ குடுத்திருங்க. நைட் பூரா இருந்திட்டுப் போகலாம்” என்று முகத்தைக் கழுவிக் கொண்டே யோசனை சொன்னாள்.

“சரி” என்றேன்.

காலை நான்கு மணி இருக்கும். மின்சார விளக்குகள் அணைக்கப்பட்டுவிட்டதால் நல்ல இருட்டு. எல்லா வீடுகளும் மூடிக்கிடக்கின்றன - செல்லத்தின் வீட்டைத் தவிர. செல்லம் மட்டும் வாயிற்படியில் உட்கார்ந்திருக்கிறாள். திடீரென்று முகத்தையும் உடலையும் உள்ளிழுத்துக்கொண்டு, தன் முந்தானையைக் காற்றில் பறக்கவிடுகிறாள். முந்தானை கொடியைப்போல் காற்றில் படபடவென்று அடிக்கிறது. வேறொன்றும் இல்லை; அது அவள் அழைப்பு கொடுக்கும் முறை. அவள் முகத்தாலோ, கண்களாலோ, கட்டுக் குலையாத உடல் அமைப்பாலோ அழைப்பு கொடுத்த காலம் மலையேறிவிட்டது. யாருக்கு அந்த அழைப்பு? என்ன கேள்வி? அவன்தான் வீட்டின்முன் வந்து நின்றுவிட்டானே! இதோ வீட்டுக்குள் நுழைந்துவிட்டான்.

முதல் அறையில் ஒரு ஓரத்தில் இரு உருவங்கள் படுத்து உறங்குகின்றன. வந்த மனிதன் செல்லத்தை வெறித்துப் பார்க்கிறான். அவளுக்கு வயது நாற்பதுக்கும் மேலிருக்கும். அவன் வெறுப்போடு, "யார் இருக்கா, நீதானா?" என்கிறான்.

"பொடிசுகள் தூங்கிரிச்சு; இனிமே ஒண்ணும் எழுப்ப முடியாது" என்கிறாள் செல்லம் கண்டிப்புடன். வந்த மனிதன்

தயங்குகிறான். அவனது தயக்கத்தைக் கண்டதும், செல்லம் நளினமாகச் சிரிக்க முயன்றுகொண்டே, "பொடிசுகளுக்கு என்ன தெரியும்? இன்னைக்கு என்கூட இருந்துட்டுப் போங்க" என்று சொல்லி நிறுத்திவிட்டுப் பிறகு, சிறிதே வெட்கத்தோடு, "உங்க பிரியம் போல நடந்துக்கிறேன்" என்கிறாள். வந்த மனிதன் சற்று சிந்திக்கிறான்.

மற்ற விஷயங்கள் பேசி முடிவு செய்யப்படுகின்றன. வந்தவனுக்கு சந்தோஷம்தான். எல்லாம் அவன் இஷ்டம் போலவே. இருவரும் அடுத்த அறைக்குச் செல்கின்றனர். கதவு அடைக்கப்படுகிறது. அரை மணி நேரத்துக்குமேல் ஆகிவிட்டது. சற்று அபூர்வமான விஷயம்தான். உள்ளிருந்து இருவர் பேசிக்கொள்வதும் வெளியே கேட்கிறது.

"எங்கிட்டே ஒண்ணும் சோடை இருந்தது கிடையாது. இந்த இரண்டும்தான் கடைசிக் காலத்திலே இப்படி வாச்சிருக்கு. ஒண்ணுக்கு, ஒரு வாரமா வயித்தில் என்னவோ வலியாம்; எழுந்திருக்கவே முடியலே. இன்னொண்ணுக்கு, என்னவோ பைத்தியம் மாதிரி இருக்கு; வந்தவங்களை எல்லாம் விரட்டி அடிச்சிடறது" என்கிறது பெண் குரல். ஆண் குரல் ஒன்றும் பேசவில்லை. பெண் குரல் தொடர்கிறது. "நீங்க என்னைக்கு சொன்னாலும் ரெடிதான். நாளையே வரணும்னாலும் வந்திடறேன்."

கதவு திறக்கிறது. அவன் வெளியே வருகிறான். அவனுக்குப் பரம திருப்தி. அவன் வீட்டை விட்டிறங்கும் சமயம், "நாளை நேரத்தோடே வந்திடுங்க" என்கிறாள் அவள். அவன் தனக்குள் சிரித்துக்கொள்கிறான். 'வச்சிருக்கிறதானாலும் இதுமாதிரி ஒண்ணைத்தான் தேடிப் பிடிக்கணும்' என்று அவன் முனகிக்கொள்கிறான்.

தங்கத்தோடு எனக்குப் பழக்கம் ஏற்பட்டு இரண்டு மாத காலமாகி இருக்கும்.

சில நாட்களாக ஊரில் இல்லை. இரவு ஒன்பது மணிக்குத் திரும்பி வந்தேன். அன்றிரவே தங்கத்தைச் சந்திக்கவேண்டும் போலிருந்தது. உடுப்பை மாற்றிக்கொண்டு அழகுபடுத்திக்கொண்டு குறத்தி முடுக்குக்குள் நுழைந்தேன். தங்கத்தின் வீடு அடைத்துக் கிடந்தது. பல முறைகள் கதவைத் தட்டினேன். கதவு திறக்கவில்லை. யாரும் உள்ளே இருந்து பதில் கொடுக்கவுமில்லை. அடுத்த வீட்டில் தெருவோரமாக இருந்த ஜன்னல் திறந்தது. "யாரது?" என்றது ஒரு பெண் குரல்.

"தங்கம் வீட்டிலே இருக்குதா?" என்றேன்.

ஜன்னல் வழியே அந்தப் பெண் என்னை உற்று நோக்கிவிட்டு, "நீங்கதானா? தங்கம் வீட்டில் இல்லை" என்றாள்.

"எங்கே போயிருக்கு? சினிமாவுக்கா?" என்று கேட்டேன்.

"பாடம் படிக்க வாத்தியார்கிட்டே போயிருக்கு."

எனக்குப் புரியவில்லை.

"என்ன பாடம்?" என்று கேட்டேன்,

"ஓகோ, உங்களுக்கு அது தெரியாதா?

போலீஸ் சார்ஜ் பண்ணி ஸ்டேஷனுக்குக் கூட்டிட்டுப் போயிருக்காங்க; ஏழெட்டுப் பிள்ளைகளுக்கு இன்னைக்கு நல்ல பாடம்" என்று கூறிவிட்டுச் சிரித்தாள்.

என்ன செய்வதென்று புரியாமல் நின்றேன். அடுத்த வீட்டுக் கதவு திறந்தது. அதுவரை என்னுடன் பேசிக்கொண்டிருந்த பெண் கதவருகே அவளது சேலையை அலங்கோலமாகப் போட்டுக்கொண்டு நின்றாள். "நாளைக்கு வந்தால் தங்கத்தைப் பார்க்கலாம்" என்று கூறிவிட்டு அவளாகவே, "என்ன நாளை வரச் சவுகரியப் படாதோ?" என்று கேட்டாள்.

நான் கடந்த இரண்டு மாதங்களாகத் தங்கத்தைத் தவிர யாரிடமும் சென்றதில்லை. வேறு யாரிடமும் செல்ல வேண்டும் என்று தோன்றியதும் கிடையாது. என்றாலும் அன்று அந்தப் பெண்ணிடத்தே எனது காமத்தைத் தணித்துக்கொள்ள முடிவு செய்தேன். அதன் மூலம் தங்கத்துக்கும் வேறொரு பெண்ணுக்கும் வேற்றுமை இல்லை என்று நிரூபித்துக்கொள்ளவும் முடிந்தால், தங்கம் இல்லை என்றால் எனக்குத் தவிப்பு என்ற நிலை ஏற்படாதல்லவா?

அவளும் அவளால் இயன்ற மட்டும் முயன்றாள். இருந்தும் என்ன? ஒருநாள் பொறுத்துக்கொள்ள முடியாத எனது ஆசை வெறிக்கு வெட்கப்பட்டு, அதிருப்தியோடும் மனக்கிலேசத்தோடும் வெளியே வந்தேன்.

அடுத்த நாள் இரவு தங்கத்தின் வீட்டுக்குச் சென்றேன்.

"என்ன பத்தா, பதினெஞ்சா?" என்ற கேள்வியோடு பேச்சை ஆரம்பித்தேன்.

"அப்படின்னா?" என்றாள் அவள்.

"கோர்ட்டிலே அபராதம் எவ்வளவு கட்டினே? பத்தா, பதினெஞ்சா?" என்று விளக்கினேன்.

"ஆமாம், பத்தையும் பதினெஞ்சையும் கட்டிட்டு வர, நாங்க ஒண்ணும் அவ்வளவு மட்டமில்லை" என்றாள் தங்கம். இந்தப் பதிலை நான் எதிர்பார்க்கவில்லை.

"ஆமாம் ஆமாம், என்ன கெட்டிடும்? இத்தனை நாளா அபராதத்தைக் கட்டாமத்தான் இருந்தியாக்கும்?" என்றேன்.

"இத்தனை நாளாகக் கட்டினா எப்போதும் கட்டிட்டே இருக்கணுமோ? அத்தான்கிட்டே கண்டிப்பாச் சொல்லிட்டேன். இந்தத் தரம் கேசை நடத்திப் பாத்துடறது என்று" என்றாள் தங்கம்.

"ஏய், எதுக்கு இந்த வீராப்பு எல்லாம்? வீண் செலவுதான். அந்தப் பயலுகள் ஆயிரம் சாட்சிகளைக் கொண்டுவந்து நீ யாருன்னு நிரூபிச்சுடுவாங்க, தெரியுமா?" என்றேன் நான்.

"நான் யாராம்? இந்தப் பயலுகளுக்கு விட்டுக் கொடுத்தா தலைக்கு மேலே ஏறுவானுக. உங்களுக்கு மான அவமான மில்லாமே இருக்கும். நான் மான அவமானப்பட்டவ" என்று ஆத்திரத்தோடு தங்கம் சரமாரி பொழிந்தாள். நான் சிரித்துக்கொண்டே அவளது ஆத்திரத்தைப் பொறுத்துக் கொண்டேன். ஆனால் என் உள்ளத்தின் எங்கோ ஒரு மூலையில் அவளது வார்த்தைகள் சுருக்கென்று தைத்தன. நான் வாதத்தை வளர்க்க விரும்பவில்லை. "சரி, நல்ல வக்கீலாகப் பார்த்து கேசை ஜோரா நடத்திடலாம்" என்று மழுப்பிக்கொண்டே, அவளது அருகே சென்று அவளை அணைத்து முத்தினேன். அவள் கண்கள் கலங்கி இருந்தன. அவள் முகத்தை ஒரு புறமாகத் திருப்பி, மூக்கை ஓங்கிச் சிந்தினாள்.

பிறகு பல விஷயங்கள் பற்றிப் பேசினோம். எனது தாகம் தணிந்தது. நான் விடைபெற்றுச் செல்லும் சமயம், தங்கம், "அது என்னங்க அப்படிச் சொல்லிட்டீங்க?" என்றாள். எனக்குத் தர்மசங்கடமாக இருந்தது.

"இந்தா தங்கம், உன் சாகசத்தை எங்கிட்டே காட்டாதே. இவ்வளவு ரோஷமுள்ளவளா இருந்தா இப்படி ஏன் பட்டப் பகலிலே தொழில் நடத்திட்டிருக்கே?" என்று கடுமையான குரலில் கேட்டேன்.

"தொழில் யார்தான் செய்யலே? அதுக்காகத் தெருவிலே போற வரவனே எல்லாம் வலியக் கூப்பிட்ட தாகச் சொன்னா?" என்றாள் தங்கம். தங்கம் கூறியது உண்மைதான். விபசார வழக்கை போலீசார் உருவாக்குவது அந்த முறையில்தான். விபசாரம் செய்வது குற்றமில்லை போலும்; விபசாரத்துக்கு அழைப்பதுதான் குற்றம்.

"அடடே, இதை வச்சிட்டா இவ்வளவு அலட்டிக்கிறே! இந்த மாதிரி கேசில் எல்லாம் அப்படித்தான் குற்றத்தை ருசிப்பிப்பாங்க" என்று நான் விளக்கினேன்.

"அதனாலேதான் ஒரு கை பார்க்கணும்ங்கிறேன்" என்றாள் தங்கம்.

நான் யோசித்தேன். தங்கம் உணர்ச்சிவசப்பட்டுப் பேசினாள். உணர்ச்சிவசப்பட்டு ஒரு காரியத்தில் ஈடுபடுவது புத்திசாலித்தனமாக இருக்காது. ஆனால் மனிதன் உணர்ச்சிக்குக் கட்டுப்படாது புத்திசாலித் தனத்துக்குத்தான் கட்டுப்பட்டு நடக்கவேண்டும் என்றிருக்கிறதா? ரோஷத்திலோ கோபத்திலோ ஒரு காரியத்தைச் செய்ய வேண்டும் என்று தோன்றினால், அப்படியே செய்துவிடுகிறது; பிறகு அதன் பலாபலன்களை அனுபவித்துக்கொள்கிறது! இதிலென்ன?

"சபாஷ் தங்கம். உன் யோசனை அபாரம்" என்றேன்.

"அப்ப நீங்க எனக்கு வந்து சாட்சி சொல்லுவீங்களா?" என்றாள் தங்கம்.

"நானா? எதற்கு? நான் என்ன சாட்சி சொல்ல முடியும்?" என்று சொல்லித் தங்கத்தின் மடமைக்காகச் சிரித்தேன்.

“நீங்க கோர்ட்லே நான் உங்ககிட்டேதான் இருக்கேன்; என்னை நீங்கதான் வச்சிக் காப்பாத்தறதாக சாட்சி சொல்லணும்” என்றாள் தங்கம்.

எனக்கு ஒன்றும் புரியவில்லை. சிறிது அதிர்ச்சி ஏற்பட்டது; கொஞ்சம் கோபமும். ‘என்ன எதிர்பார்க்கிறாள்?’ என்று எண்ணினேன். மறுகணம் அவளை நான் என்கூடவே வந்து இருக்க வேண்டும் என்று கேட்டுக்கொண்டது என் நினைவுக்கு வந்தது. அதற்குத் துணிந்தவன் ஏன் இதற்குத் துணியக்கூடாது? நான் தங்கத்தைப் பார்த்தேன். ஒன்றுமறியாத குழந்தையைப்போல் அவள் எனக்குத் தோன்றினாள். அவள் ஒரு அனாதை; நானும் ஒரு அனாதை. தங்களது கொள்கையாலும் நடத்தையாலும் சமுதாயத்திலிருந்து தங்களைத் தாங்களே பகிஷ்கரித்துக்கொண்டவர்களில் நானும் ஒருவன்; அவளும் ஒருத்தி. நாங்கள் தனிப்பிறவிகள். எங்குமே அந்நியர்கள். நான் தங்கத்தின் அருகே சென்றேன். இரு கைகளாலும் அவளைத் தழுவிக் கண்களை மூடினேன். என் கண்களில் நீர் உகுந்தது. நான் எனக்காகவும் அவளுக்காகவும் சிந்திய கண்ணீர்! சிறிதும் காம உணர்ச்சி இல்லாமல் நான் பருவம் வந்த ஒரு பெண்ணைக் கட்டித் தழுவியது அதுதான் முதல் தடவை. ஒரு குழந்தையைக் கட்டித் தழுவுவது போலிருந்தது. குறத்தி முடுக்கை விட்டு நாங்கள் இருவரும் ஒருவர்மேல் ஒருவர் சாய்ந்துகொண்டு, மெள்ளத் தள்ளாடித் தள்ளாடிச் செல்வது போன்றதொரு பிரமை!

“தங்கம் சரி, நான் உனக்காக சாட்சி சொல்கிறேன். ஆனா இந்தக் கேசு முடிந்ததும், நாம ரெண்டு பேரும் எங்காவது போயிடணும். நாம யாரும் அரிச்சந்திரன் இல்லை. ஆனாலும் சாகிறமட்டும் நாம ரெண்டுபேரும் பிரியாம இருக்க முடியும் என்றுதான் நம்புகிறேன்” என்று தங்கத்திடம் கூறினேன். வாக்குறுதியைக் கொடுத்ததும் என் நெஞ்சம் திடுக்கிட்டது. என்னிலே எனக்கு நம்பிக்கை கிடையாது. எனது வாக்குறுதிகளே என்னை அச்சுறுத்தும். நான் எனது வாக்குறுதியைக் காப்பாற்ற முடியுமா?

எது எப்படி இருந்தால் என்ன? வாக்குறுதியைக் கொடுத்த நேரத்தில் என் உள்ளத்தில் தூய்மையைத் தவிர வேறொன்றும் இல்லை. அப்படியே நான் ஒருநாள் அவளை விட்டுப் பிரியவேண்டும் என்ற நிலை வந்தால் அவள் நடுத்தெருவில் நிர்க்கதியாக நிற்காதவாறாவது பார்த்துக்கொள்வேன். "அடுத்த வியாழக்கிழமை வாய்தா" என்று கூறிவிட்டுத் தங்கம் என்னைத் தழுவி முத்தினாள்.

வியாழக்கிழமை பிரதிவாதியின் டிபென்சு சாட்சியாக சாட்சிக் கூண்டில் ஏறிப் பிரமாணம் எடுத்துக்கொண்டேன். எங்கள் வக்கீலின் விசாரணைக்குப் பிறகு, என்னை சப் – இன்ஸ்பெக்டர் குறுக்கு விசாரணை செய்தார்.

கேள்வி: உங்கள் பெயர்?

பதில்: . . . . .

கேள்வி: வயது?

பதில்: இருபத்தி மூன்று.

கேள்வி: ஊர்?

பதில்: மதுரை.

கேள்வி: இந்த ஊர்லே எத்தனை வருஷமா இருக்கீங்க?

பதில்: சுமார் ஒரு வருஷம்.

கேள்வி: உங்கள் தொழில்?

பதில்: பத்திரிகை நிருபர்.

கேள்வி: பத்திரிகையின் பெயர்?

பதில்: . . . . . .

கேள்வி : இந்தப் பத்திரிகை மட்டரகச் செய்திகளைத் தரும் பத்திரிகை என்று கருதப்படுகிறது, இல்லையா?

பதில்: இல்லை. இதுவரை அரசாங்கம் பத்திரிகை மீது எந்தவித நடவடிக்கையும் எடுத்ததில்லை.

உடனே இன்ஸ்பெக்டர் எங்கள் பத்திரிகையிலிருந்து வெட்டியெடுக்கப்பட்ட சில பகுதிகளை மாஜிஸ்டிரேட் முன்னிலையில் வைத்தார்.

கேள்வி: தங்கத்தை உங்களுக்கு எவ்வளவு காலமாகத் தெரியும்?

பதில்: இங்கு வந்ததிலிருந்து.

கேள்வி: தங்கம் எப்படிப் பிழைக்கிறாள்?

பதில்: நான் பண உதவி செய்கிறேன்.

கேள்வி: நீங்கள் எவ்வளவு காலமாகப் பண உதவி செய்கிறீர்கள்?

பதில்: சென்ற ஆறுமாத காலமாக.

கேள்வி: அதற்கு முன் தங்கம் எப்படிப் பிழைத்தாள்?

பதில்: எனக்குத் தெரியாது. வேறு யாரும் உதவியிருக்கலாம்.

கேள்வி: தங்கத்துக்கு நீங்கள் பண உதவி செய்யக் காரணம்?

பதில்: நான் தங்கத்தை மணக்கப் போகிறேன்.

கேள்வி: இத்தனை நாட்களாகத் தங்கத்தை மணக்காததற்குக் காரணம்?

பதில்: கல்யாணத்தை நினைத்த நினைப்பிலே முடித்துவிட முடியாது.

இன்ஸ்பெக்டர் சிறிது நேரம் சிந்தித்தார். "அவ்வளவுதானா?" என்று மாஜிஸ்டிரேட் கேட்டார். "இன்னும் இரண்டே கேள்விகள்" என்று கூறிவிட்டு, இன்ஸ்பெக்டர் குறுக்கு விசாரணையைத் தொடர்ந்தார்.

கேள்வி: சம்பவம் நடந்ததாகச் சொல்லப்படும் இரவு நீங்கள் தங்கத்தை சினிமாவுக்குக் கூட்டிச் சென்றதாகச் சொல்லுகிறீர்களே, உங்கள் இருவரையும் அன்று சினிமாக் கொட்டகையில் யாரும் பார்த்தார்களா?

பதில்: பலர் கண்டிருக்கலாம். யார் என்று சொல்ல முடியாது.

கேள்வி: குறத்தி முடுக்கில் உங்களுக்கு வேறு யாருடன் பழக்கம்?

பதில்: வேறு யாருடனும் பழக்கம் கிடையாது.

கேள்வி: உங்களுக்குத் தங்கத்தின் கெட்ட நடத்தையின் மூலம் வருமானம் கிடைக்கிறதென்றும், அதற்குப் பதிலாக நீங்கள் தங்கத்துக்கு ஆண் துணையாக இருக்கிறீர்கள் என்றும் சொல்கிறேன்.

பதில்: அப்படி இல்லை.

சாட்சிக் கூண்டிலிருந்து இறங்கி, மாஜிஸ்திரேட் முன்னிலையில் தங்கத்திடமிருந்து விடை பெற்றுக்கொண்டு, கோர்ட்டை விட்டு வெளியேறி வந்தேன்.

அன்றிரவு என்னால் தங்கத்தின் வீட்டுக்குச் செல்ல முடியவில்லை. நண்பன் ஒருவன் அறையில் படுத்துறங்க வேண்டியிருந்தது. தூக்கம் வரவில்லை. உடனடியாகத் தங்கத்தைக் கல்யாணம் செய்துகொண்டு ஊரை விட்டே சென்றுவிட வேண்டும் என்ற ஆசை என்னை வருத்தியது. முதன்முறையாக, தங்கம் வேறொரு ஆணோடு படுத்திருக்கும் எண்ணம் என் மனதில் வேதனையையும் பொறாமையையும் கிளப்பியது. கல்யாணம் செய்துகொள்வதில் ஒரு சிறு தகராறு இருந்தது. தங்கத்தின் ‘அத்தான்’ சம்மதிக்கமாட்டான். ஆனால் போலீசின் உதவியைக் கொண்டு அவனைச் சமாளித்து விடலாம்.

“என்ன சார், அந்தப் பொண்ணைப் போய்க் கல்யாணம் செய்துக்கணுங்கறீங்க?” என்கிறார் இன்ஸ்பெக்டர்.

“தங்கமான பொண்ணு சார்” என்கிறேன்.

“தங்கமானது சரிதான். கெட்டுப் போனதில்லையா?” என்கிறார் இன்ஸ்பெக்டர்.

"நானும் கெட்டுப்போனவன்தான் சார்" என்கிறேன்.

"என்ன அந்தப் பொண்ணு மேலே உங்களுக்குக் காதலா?" என்கிறார் இன்ஸ்பெக்டர்.

காதலாம் காதல்! அய்யோ, எனக்கு அந்தச் சொல்லே வேண்டாம். அழகான சொல்லை அர்த்தமற்றதாக ஆக்கிவிட்டார்கள். எனக்குத் தங்கத்திடம் காதல் இல்லை; ஆசைதான். உங்களது காதல் வசதிக்கும் அந்தஸ்துக்கும் அடங்கியிருக்கும்வரை நான் அதை அண்டவிடமாட்டேன். காதலாம் காதல்! அதெல்லாம் வாழ்க்கையையே நிராகரிக்கும் திறன் உள்ளவர்களுக்குத்தானே? நானோ சாமானியன். வாழ்க்கையில் பட்ட கடன்கள் பல. இவற்றுக்கெல்லாம் பிரதியாக உலகத்துக்கு ஏதாவது உருப்படியாகச் செய்ய வேண்டும் என்ற தெளிவில்லாத கனவு போன்றதொரு எண்ணத்தைத் தவிர எனக்கு வாழ்க்கையில் குறிக்கோள் கிடையாது.

உடனடித் தேவைகளும், சுயநலமும், காரணமில்லாத மன உளைச்சலும் என்னை அந்தக் கனவு எண்ணம் என்னவென்றுகூடப் புரிந்துகொள்ள விடாதவாறு தடுத்து வந்தன. யார் கண்டது? வாழ்க்கைத் துணை கிடைத்த பிறகு நான் மாறலாம். என் இருதயத்தில் வெட்கத்தையும் வேதனையையும் நிரப்பிவந்த சுயநலம் பறந்தோடி, எனது வாழ்க்கைக்கு அதன் தேவைகளுக்கும் அப்பாற்பட்டதான புதியதொரு அர்த்தத்தை நான் கண்டாலும் காணலாம். தங்கத்தைப் பற்றி நினைத்தேன். அவளைத் தோளிலே சுமந்துகொண்டு, ஒரு மேட்டிலே ஏறிச் செல்வது போன்றதொரு மனப் பிராந்தி.

பிற்பகல் மணி மூன்று. மரகதம் தனியாக அவள் வீட்டில் இருக்கிறாள் அவளைப் பார்த்தால் இப்போதுதான் தூங்கியெழுந்தவள் போல் தோன்றுகிறது. அதோடு விழித்துக் கொண்டதில் ஏமாற்றம் அடைந்தவளாகவும் தெரிகிறது. படுத்தபடியே புரளுகிறாள். என்ன என்னவோ சிந்திக்கிறாள் போலும். என்ன சிந்திக்கிறாள், யாருக்குத் தெரியும்? சிறிது நேரத்தில் அவன் வருகிறான். அவளது

காதலன். அவன் முப்பத்திரண்டு பற்களையும் காட்டிச் சிரிக்கிறான். அவள் அவனை ஒருமுறை பார்த்துவிட்டு மீண்டும் தலையைக் கீழே கவிழ்த்துக்கொள்கிறாள்.

"என்ன கோபமா?" அவன் அவளருகே உட்காருகிறான். அவள் பதில் பேசவில்லை. அவன், அவள் முதுகில் கை போடுகிறான். அவள் தன் கையால் அவன் கையை எடுத்து விலக்கிவிட்டு நகர்ந்து உட்காருகிறாள். அவன் மீண்டும் அவனது முப்பத்திரண்டு பற்களையும் காட்டிக்கொண்டு அவளை நெருங்குகிறான். அவள் தலையைக் கீழே போட்டுக்கொள்கிறாள்.

"எப்போ ஊமை ஆனே?"

அவள் பதில் பேசவில்லை. பிறகு சற்றுக் கோபத்தோடு, "அந்தச் சங்கிலியைத் திருப்பிட்டியா? அத்தான் ரொம்பக் கோவப் படறாரு. அது எனக்கு நாளைக்கே வேணும்" என்கிறாள்.

"உம், அப்படிச் சொல்லு. அதானே கோவம்" என்று கூறிக்கொண்டே, அவன் பையிலிருந்து ஒரு காகிதப் பொட்டலத்தை எடுத்து விரிக்கிறான். அதனுள் ஒரு சங்கிலி. பளபளவென்று மின்னுகிறது. அவள் அதைக் கையில் வாங்கிக்கொண்டு, உடனே கழுத்தில் அணிந்துகொள்கிறாள்.

"இனிமே கோவமில்லையே?"

"இனி உனக்கும் எனக்கும் சம்பந்தமில்லை. வந்த வழியைப் பாத்துக்கிட்டுப் போ."

"எது வந்த வழி? இதுவா?" என்று அவன் விரலை அவள் நெஞ்சுக்கு நேர் சுட்டுகிறான்.

அவனை அடிக்க அவள் கையை வீசுகிறாள். அவன் தாவிக் குதித்து எழுந்து நிற்கிறான்.

"சரி, ராணி அம்மா சுவாதீனத்திலே இல்லே போலிருக்கு, ஏதோ அருந்திருக்காங்க. நாளை வந்து பாத்துக்கிறேன்" என்று கூறிக்கொண்டே வீட்டை விட்டு வெளியே செல்கிறான்.

நேரம் கழிந்துகொண்டே இருக்கிறது. அவள் செயலற்றுக் கிடக்கிறாள். சொல்ல முடியாத மனக் கசப்பை

அவள் முகம் தெரிவிக்கிறது. சலிப்பு ஏற்படுகிறது. சற்றே நிலைகொள்ளாமல் புரளுகிறாள். படுத்தபடியே, முகத்தைக் கைகளில் புதைத்துக்கொண்டு இலேசாக அழுகிறாள். அழுகை பெருத்த விம்மலாக மாறுகிறது. விம்மல் ஓய்கிறது. மூக்கை உறிஞ்சிக்கொண்டு உமிழ் நீரைக் கூட்டி விழுங்குகிறாள். முனகல் ஒப்பாரியாக மாறுகிறது. அவளது ஒப்பாரி உயர்ந்து, தாழ்ந்து, நீட்டி நெளிந்து, அவளது உள்ளத்தில் தைத்திருக்கும் முட்களை ஒவ்வொன்றாக எடுக்கிறது. அவளது ஒப்பாரியில் பெண் குலத்தின் தவிப்பும் கொதிப்பும் மாறி மாறி இழையோடுகின்றன என்பார்கள் கதையாசிரியர்கள்.

மரகதத்தின் 'அத்தான்' உள்ளே நுழைகிறான்.

"ஏங் களுதை! என்ன ஒப்பாரி வேண்டிக்கிடக்கு? எளுந்து மொவத்தைக் கழுவிக்கிட்டு வெளியே நில்லு. இப்பத்தான் நாலு மணிக்கே லாந்த ஆரம்பிச்சிடறாங்களே!"

அவள் எழுந்திருக்கிறாள். அவன் கண்கள் அவள் கழுத்தில் மின்னும் சங்கிலியில் விழுகின்றன.

"ஒரு மட்டா அந்தத் தடிப்பய அதெத் திருப்பிட்டானாக்கும்" என்று கூறிக்கொண்டே, அவளது சங்கிலியைத் தொட்டுப் பார்க்கிறான். பிறகு சடக்கென்று அவளைச் சங்கிலியைக் கழற்றச் சொல்கிறான். அதைக் கையில் வாங்கிப் பார்க்கவும் அவன் முகம் மாறுகிறது.

"ஏம் பிள்ளை, உனக்கு மூளை இருக்கா? பித்தளைச் சங்கிலியானா திருப்பிக் கொடுத்திருக்கான். அந்தக் காலிக் களுதையே சும்மா விடறேனா, பாரு. நம்மகிட்டவா அவன் சாமர்த்தியத்தைக் காட்டறான்! வெறும்பய" என்று கோபத்தோடு கத்துகிறான். மரகதம் ஒன்றும் புரியாது விழிக்கிறாள். இது அவள் கண்ட காதல்; அவன் அவள் பொறுக்கியெடுத்த காதலன்!

திருமணம் ஒரு விசித்திரமான விஷயம். திருமணம்தான் தங்கள் காதலின் குறிக்கோள் என்று சொல்லாத காதலர்கள் இல்லை. "நாம் ஒருவரையொருவர் நேசிக்கிறோம்; அதுவே போதும். இதற்கும் மேலாகக் கல்யாணம் என்று ஒன்று வேண்டாம்" என்று சொன்ன காதலர்கள் இல்லை. உண்மைதான், கள்ளக் காதலர்கள் உள்ளனர். அவர்கள் கல்யாணத்தைப் பற்றி நினைப்பதில்லை. காரணம் கல்யாணம் அசாத்தியமாகிவிட்டதாலே. (ஒருவேளை கல்யாணம் சாத்தியமாக இருந்தால் அவர்கள் ஒருவரையொருவர் காதலிப்பார்களோ என்னவோ!) எப்படியிருந்தாலும் திருமணத்தின் மூலம்தான் தங்கள் காதலை உறுதிப்படுத்திக்கொள்ள முடியும், நிலைபெற்று வைத்திருக்க முடியும் என்பதுதான் காதலர்களின் பல்லவி. காரணம், பொறாமை இல்லாத காதல் இருந்ததில்லை; இருக்கப்போவதுமில்லை. திருமணம், ஒருத்தியை அவளை நேசிக்கும் ஒருவனுக்காக மற்றவரிடமிருந்து பாதுகாக்கிறது. இப்பாதுகாப்பை எல்லாப் பெண்களும் விரும்புகின்றனர். எல்லா ஆண்களும் விரும்புகின்றனர். நான் தங்கத்தை என்னுடனேயே இருக்குமாறும் சாகும் வரை எனக்குத் துரோகம் இழைக்காமல் இருக்குமாறும் கேட்டுக் கொள்ளலாம். அவளும் சம்மதித்துவிடலாம்.

ஜி. நாகராஜன்

ஆனால் அவள் உடன்படிக்கையின்படி நடந்துகொள்வாள் என்பதற்கு என்ன உத்தரவாதம் இருக்கிறது? அல்லது நான்தான் உடன்படிக்கையை மதித்து நடப்பேன் என்பதற்கு என்ன உறுதி இருக்கிறது? திருமணத்தினால் ஓரளவு இவ்வுறுதி, உத்தரவாதம் ஏற்படும் என்று நம்புகிறோம். இந்த நம்பிக்கைக்குப் பகுத்தறிவுப்பூர்வமான காரணம் இல்லாவிட்டாலும், நூற்றாண்டுக் காலமாக நிலவி வந்துள்ள ஒரு சமுதாய சம்பிரதாயத்துக்கு இவ்வுறுதியை ஏற்படுத்தும் சக்தி உள்ளது. சமுதாயம் தன்னுடைய நலனுக்காகவே தனி மனிதன் மீது சுமத்தும் கட்டுப்பாடுகளில் திருமணமும் ஒன்று. இதைக் காதலில் தோன்றச் செய்து, காதலில் நிலைபெற்றிருப்பதாக ஆக்கும் அளவுக்கு மனிதன் ஒரு கட்டுப்பாட்டினைத் தன்னுடைய சுதந்திரமான ஒரு இச்சையின் மறுபுறமாக மாற்ற முடியும் . . . என்ற எண்ணங்களோடு, முதல்முறையாக காலை நேரத்தில் தங்கத்தின் வீட்டை வந்தடைந்தேன்.

தங்கம் உறங்கிக்கொண்டிருந்தாள். அவளை எழுப்பினேன். அவள் ஆடியசைந்து வந்து, முகத்தைத் துடைத்துக் கொண்டே, வழக்கமான புன்முறுவலைக் கொடுத்தாள். "ஏது இந்த நேரத்தில்? அபூர்வமாக இருக்கே!"

"என்ன அபூர்வம்? உன்னோடு முக்கியமான ஒரு விஷயம் பேச வந்திருக்கிறேன்."

"உஹூம், என்ன விஷயம்? பேசத்தானா?"

"பேசவேதான். இங்கே பாரு. நான் நேற்று சாட்சி சொன்னது எப்படி?"

"அபாரம். வக்கீல் சொன்னபடியே சொல்லிட்டீங்களே!"

"கேசு எப்படியானாலும் ஆகட்டும். அதெப்பத்தி நீ கவலைப்படாதே. நம்ப கல்யாணத்தை எப்ப வச்சிக்கலாம்?"

"கல்யாணமா? நல்ல முடிவு பண்ணினீங்க."

"ஏய், நீ என்ன சொன்னே? நான் சாட்சி சொன்னா கல்யாணம் செய்துக்குவேன்ட்டு சொல்லலே?"

“அதை எப்பச் சொன்னேன்?” தங்கம் சிரித்தாள்.

“பொய் சொல்லாதே. அன்னைக்கு என்ன சொன்னே?”

“என்ன சொன்னேன்? ஒண்ணும் சொல்லலே.” தங்கம் மீண்டும் சிரித்தாள்.

“அது சரி, அன்னைக்கு என்ன சொன்னையோ சொல்லலையோ, இப்ப என்ன சொல்றே?”

“எனக்கு ஒரு கல்யாணம் போதும்; இரண்டாம் கல்யாணம் வேண்டாங்கறேன்” என்று கூறிக்கொண்டே, என்னை அணைத்து முத்தமிட்டாள். எனக்குக் கோபம் வந்தது. என்றாலும் கோபத்தை அடக்கிக்கொண்டு, “இந்தா உன்னைக் கல்யாணம் செய்துக்கலாம்னுதானே நான் அந்த அவமானத்தைச் சகித்துக்கொண்டேன்.”

“எந்த அவமானத்தை?”

“உனக்காகக் சாட்சி சொல்ற அவமானத்தெ.”

“அது உங்களுக்கு அவமானமா இருந்திச்சோ? அப்படின்னா உங்களைச் சாட்சி சொல்லணும்னு கேட்டிருக்கமாட்டேனே” என்று கூறிவிட்டு, எனது முதுகில் வைத்திருந்த அவளது கையை எடுத்துவிட்டு, கட்டில் படுக்கையில் மல்லாந்து சாய்ந்து, வெற்றிடத்தை வெறித்துப் பார்த்தாள்.

“அப்ப, தெரிஞ்சேதான் என்னைக் கோர்ட்டிலே பொய் சொல்ல வச்சயா?”

“காலிப்பய சேதுவெ நான் வான்ட்டு கூப்பிட்டேனாங்களே அது மாத்திரம் பொய்யில்லையோ?”

“உஹூம்” என்றேன்.

கட்டிலை விட்டு எழுந்திருந்தேன். அவளிடத்தே விடை பெற்றுக்கொள்ளும் பாவனையில் தயங்கிவிட்டு வெளியே வந்தேன். வெட்கம் பிடுங்கித் தின்றது. வெட்கம்

வெறுப்பாக மாறியது. "இனி உன் முகத்தில் விழிக்கப் போவதில்லை" என்று சொல்லிவிடலாம் போலிருந்தது. சொல்லத் துணிவு இல்லை. அவள், பால் இன்பத்தின் வற்றாத ஊற்று. மூன்று நாட்களோ, ஒரு வாரமோ, ஒரு மாதமோ கழித்து நான் மீண்டும் அவளுக்காக ஏங்குவேன். அவளிடத்துச் செல்ல வேண்டிவரும். அவள் என்னை ஏமாற்றியது சிறியதொரு நிகழ்ச்சி; அவள் எனக்கு அளித்த இன்பம் பெரியதொரு நினைவு. அவளை ஒரு இன்பப் பொருளாக மட்டும் பார்க்கத் தவறிய என்னுடைய பேதமைக்கு வருந்தினேன். காதல் ஒரு வில்லங்கம், ஒரு வியாதி. காமந்தான் ஆணுக்கு அழகு. காமத்தை வைத்தே ஒரு ஆண் ஒரு பெண்ணை வெல்ல முயல வேண்டும். மற்ற எந்த சக்தியின் உதவியை நாடுவதும் ஆண்மைக் குறைவு, தோல்வி. நான் தங்கத்தை வெறுத்தொதுக்கினேன், மறக்கவில்லை. அவள் என் உள்ளத்தின் ஒரு மூலையில் மல்லாந்து படுத்துக்கொண்டு, என்னைக் கேலி செய்து சிரித்துக்கொண்டிருந்தாள்.

மூன்று நாட்களுக்குப் பிறகு, தங்கம் ஊரை விட்டு ஓடிவிட்ட செய்தியை அவளது 'அத்தானே' எனக்குத் தெரிவித்தான். அவனுக்கு என்மேல் சந்தேகம். ஆகவே என் இருப்பிடத்தை விசாரித்து அங்கு வந்து சேர்ந்தான். என்னை என் அறையில் கண்டதில் அவனது சந்தேகம் ஓரளவு மறைந்தது. எனது பேச்சின்மூலம் எஞ்சிய சந்தேகத்தையும் போக்கினேன்.

"ராசிக்காரி, ராசிக்காரின்ட்டு செல்லம் கொடுத்தேன். அவ எனக்கே துரோகம் செய்திட்டா" என்று அங்கலாய்த்துக் கொண்டான். "நானூறு ரூபாய் நகையும் போச்சு" என்று வேறு பரிதவித்துக்கொண்டான்.

"அவ எப்படி உங்ககிட்ட வந்து சேர்ந்தா?" என்றேன்.

"அஞ்சு வருசத்துக்கு முன்னே ஒருத்தன், மதுரைக்காரனாம், நூறு ரூபாய் வாங்கிட்டு அவளை எங்கிட்டே விட்டுட்டுப் போனான். அப்ப

சின்னப்பொண்ணு; இன்னும் அளகா இருக்கும். ஒரு வாரத்துக்கு முன்னாடி கூட அவன் இந்தப் பக்கம் லாந்திக்கிட்டிருந்ததாக ஒரு நெனெப்பு. அவன் தானான்ட்டு உறுதியாத் தெரியலே” என்று ‘அத்தான்’ பேசிக்கொண்டே போனான். ‘அத்தானு’க்கு ஒரு காப்பி வாங்கிக் கொடுத்து வழியனுப்பி வைத்தேன்.

“ஏதானும் தகவல் கிடைச்சா சொல்லுங்க. அதுக்கு ஏதாச்சியும் நல்லது செய்யனும்ண்ட்டுதான் எனக்கும் நெனெப்பு” என்றான்.

“சரி” என்று தலையை ஆட்டினேன்.

எனக்கு திருநெல்வேலியில் இருக்க இஷ்டமில்லை. என்னை மதுரைக்கு மாற்றச் சொல்லி எனது பத்திரிகை ஆசிரியருக்கு எழுதினேன். அதற்குப் பல காரணங்கள் கொடுத்தேன். அவற்றில் எது உண்மையானது என்று என்னால் சொல்ல முடியாது. இறுதியில் உத்தரவு வந்தது. நான் மதுரைக்கு மாற்றப்பட்டிருந்தேன். ஆனால் நான் திருநெல்வேலியை விட்டுக் கிளம்பு முன் எனக்கு ஒரு வேலை தரப்பட்டிருந்தது. நான் திருவனந்தபுரம் சென்று அங்கு வேறொரு ஏஜெண்டையும் நிருபரையும் நியமித்துவிட்டு வரவேண்டியது. எனக்கு மிகவும் சந்தோஷம். திருநெல்வேலியில் இருந்த எல்லா வேலைகளையும் முடித்துக்கொண்டு திருவனந்தபுரம் சென்றேன். முடியுமானால் அங்கிருந்து நேராக மதுரைக்குச் செல்வது என் திட்டம். திருவனந்தபுரத்தில்தான் நான் தங்கத்தை இறுதியாகச் சந்தித்தேன்.

திருவனந்தபுரத்தில் சாலையில் ஒரு குழாயடியில் நான் தங்கத்தைப் பார்த்தேன். குழாயடியில் வழக்கம் போல பெண்களின் ஏகபோக ஆட்சி நடந்துகொண்டிருந்தது. ஒரே ஒரு ஓட்டல் வேலையாள் மட்டும் தன் ஆணுயர்வை நிலைநாட்ட படாத பாடு பட்டுக்கொண்டிருந்தான். வளையல்

குலுங்கும் சப்தமும், குடங்களை ஏற்றியிறக்கும் சந்தடியும், பெண்களின் வாயடியும் குழாயடியை நிரப்பி நின்றன. நான் குழாயடியை நோக்கியவாறே நடந்துகொண்டிருந்தேன். தங்கத்தின் பின் புறத்தைப் பார்த்ததும் அடையாளம் கண்டுகொண்டேன். நான் நின்றேன். அவளது பானையைக் குழாய்க்கு நேராக வைக்க அவள் திரும்பியபோது அவளது முகம் என் கண்களில் பட்டது. முகத்தில் என்றுமுள்ள அதே பூரிப்பு. நான் குழாயடியை நெருங்குமுன்னர் அவள் என்னைப் பார்த்தாள்.

"வாங்க, வாங்க! ஏது சாமிக்கு இந்தப்புறம் விஜயம்?"

"உன்னைக் கண்டுபிடிக்க முடியாதுன்னு நினைச்சிட்டே, இல்லே?"

"ஏன் என்னைக் கண்டுபிடிக்க முடியாது? நான் யாருக்கும் சொல்லிக்காமே கொள்ளிக்காமெ ஓடி வந்திட்டேனா?" தங்கத்தின் பார்வை என்னிடமிருந்து சுற்றி இருந்த பெண்களிடம் சென்றது.

"சுகந்தானா?" என்றேன்.

"நல்ல சுகம். வீட்டுக்கு வாங்க பேசிக்கலாம்" என்றாள்.

நான் சிகரெட்டு வாங்க எதிர்த்த கடைக்குச் சென்றேன். பிறகு, தங்கம் பானையை இடையில் தாங்கியவண்ணம் இருவரும் நடந்தோம். தங்கம் தலையைக் கீழே கவிழ்த்தியும் இடையிடையே சரக்கென்று தலையை உயர்த்தி என்னைப் பார்த்துச் சிரித்த வண்ணமும் வந்தாள். தங்கம் சற்று மாறியிருந்தாள். அவளது கழுத்தின் பின்புறத்தில் எடுப்பாக ஒரு மஞ்சள் கயிறு நின்றது. புதுக்கயிறு.

"இங்கு யாருடன் இருக்கிறாய்?"

"எம் புருஷனோட."

"எந்தப் புருஷன்?"

"அதான் நான் ஒருதரம் சொல்லலே, அவரோடதான்; வீட்டுக்கு வாங்க விவரமாப் பேசலாம்."

சிறு குடிசை. முதலில் திண்ணை. பிறகு ஒரு அறை. அந்த அறைதான் படுக்கையறை, அடுக்களை எல்லாம். தரை சுத்தமாகச் சாணத்தைக் கொண்டு மெழுகப்பட்டிருந்தது. வீடு பூராவும் இலேசாகச் சாண நாற்றம் வீசிக்கொண்டிருந்தது. வீட்டின் முன்புறத்தில் கை, கால்கள் கழுவி சிறிது சகதியாக இருந்தது. சகதிக்கு மத்தியில் ஒரு பாறாங்கல். பாறாங் கல்லுக்கருகே ஒரு துருப்பிடித்த தகரத்தொட்டி. வீட்டைச் சுற்றிலும் பல திக்குகளில் பார்த்துக்கொண்டிருந்த பல குடிசைகள்.

இருவரும் குடிசைக்குள் நுழைந்தோம். அவள் என்னைத் திண்ணையில் இருக்கச் சொல்லிவிட்டு மீண்டும் குழாயடிக்குச் சென்றாள்.

"ஆறு மணிக்குத் தண்ணி நின்னிடும்" என்று அவள் விளக்கினாள். நான் திண்ணையில் உட்கார்ந்திருக்கவும், அவள் நாலைந்து தடவைகள் குழாயடிக்குச் சென்று திரும்பினாள். ஒவ்வொரு தடவையும் என்னைக் கடந்து செல்லும்போது, என்னிடத்து ஏதாவது கேட்டுவிட்டுச் சென்றாள்.

"என்ன சோலியா வந்தீங்க?"

"எப்ப திரும்பறீங்க?"

"வந்த காரியம் முடிஞ்சதா?"

"ஏன் மதுரைக்குப் போகப் போறீங்க?" – போன்ற கேள்விகள்.

தண்ணீர் எடுத்து முடிந்தானது. அவள் அடுக்களைக்குச் சென்றாள். என்னையும் அங்கு வந்திருந்து பேசுமாறு கேட்டுக்கொண்டாள். நானும் இசைந்தேன். அவள் அடுப்பில் புகைமண்டலத்தைக் கிளப்பி விட்டுவிட்டு, "புகை சங்கடமா இருக்கு இல்லே?" என்றாள்.

"பரவாயில்லை" என்றேன்.

"அவரெப் பாத்தீங்களா?"

"யாரெ ?"

"என் அத்தானைத்தான்."

"ஆமாம். நம்ம ரூமுக்கே வந்துட்டாரு. நீ துரோகம் செய்து ஓடிட்டேனாரு."

"உம், நல்ல மனுஷன்."

தங்கம் அடுப்பை ஊதினாள். அடுப்பு எரியாதிருக்கவே, ஒரு சிறு பாட்டிலை அடுப்பின் மேல் கவிழ்த்தாள். அடுப்பு லபக்கென்று பற்றி எறிந்தது. தங்கம் ஒரு சிறு மண்ணெண்ணெய் விளக்கை ஏற்றி வைத்தாள்; அது அழுது வடிந்தது. விளக்கு வெளிச்சம் அறை எவ்வளவு சிறியதென்று எடுத்துக்காட்டியது. தங்கம் வேலை செய்வதில் மும்முரமாக இருந்துகொண்டே என்னோடு பேசினாள். நான் பேசியவாறே அறையைச் சுற்றுமுற்றும் நோக்கினேன். குறத்தி முடுக்கில் நான் அவளைச் சந்தித்துவந்த அறை என் நினைவுக்கு வந்தது. அதன் பிரகாசமான விளக்கு, ஊதுவத்தி வாசனை, அணைந்த குத்துவிளக்கு, படங்கள், வண்ணாத்திப் பூச்சிகளைப் போல் வண்ண விசித்திரங்கள் நிறைந்த துணிமணிகளைத் தாங்கிய கயிறு – எல்லாம் என் ஞாபகத்துக்கு வந்தன. இங்கு வேறு மாதிரியாக இருந்தது. புகை மண்டிக் கப்பிக் கிடந்த சுவர். முழ நீளத்துக்கு ஒரு கழி. கழியில் சில அழுக்கடைந்த துணிகள். தரையில் சுற்றுப்புறத்துக் கருமையை எடுத்து எடுத்துக் காட்டும் அடுப்பு. அடுப்பின் வெளிச்சத்தில் ஏற்பட்ட தங்கத்தின் நிழல் சுவரில் பந்து போலக் குதித்தது. தங்கம் கண்களைத் துடைத்துக்கொண்டு, "இன்னைக்கு நம்ம வீட்டிலே சாப்பிடறீங்களா ?" என்றாள்.

"ஆமாம், சந்தேகமில்லாம."

"ஓட்டல் சாப்பாடு மாதிரி இருக்காது."

"பரவாயில்லை. அது தெரிஞ்சும்தானே ஒருதரம் உங்கையாலே ஆக்கிச் சாப்பிடணும் என்று சொன்னேன். ஞாபகமிருக்கா ?"

"இருக்கு இருக்கு, நல்லா இருக்கு." தங்கம் சிரித்தாள்.

"அதெல்லாம் சரி. நான் கேட்ட கேள்விக்குப் பதிலில்லையே. நீ யாருகூட இங்கே வந்தே?"

"அவர் கூடத்தான்."

"யாரு, நடராஜனா? உன் வீட்டுக்குப் பெரிய மனுஷனைக் கூட்டியாந்த புண்ணியவாளன்தானே?"

"அவரேதான்."

"அவர் கூட ஏன் இங்கே வந்திருக்கே? மதுரை போறதுதானே?"

"போகலே."

"போகலேன்னா? ஏன் போகலே?"

"அவருமேலே ஒரு கேசு இருக்கு. பெரிய தப்புப் பண்ணிட்டாரு. அதனாலேதான் என்னை திருநெல்வேலியில் விட்டிட்டு அவர் தலைமறைவா ஓடினாரு."

"பெரிய தப்பூன்னா?"

"பெரிய தப்பூன்னாத் தெரியாதா? பெரிய தப்புதான். இப்ப எதுக்கு அதெல்லாம் கிளப்புறீங்க?"

தங்கம் பேச்சை நிறுத்திவிட்டு, கொதிக்கும் சோற்றுப் பானையிலிருந்து ஒரு சோறு எடுத்துப் பதம் பார்த்தாள். அவள் என்னைக் கவனியாது, அடுப்பிலே கவனம் செலுத்தும்போது அவளோடு ஏதாவது வம்பு செய்ய வேண்டும் போலிருந்தது. அவள் ஆரம்பத்தில் என்னிடத்து கிளப்பிவிட்டிருந்த காம உணர்ச்சி தலைகாட்டியது. ஆனாலோ அவளது பார்வையும், பேச்சும், சிரிப்பும் அழகு குறையாதிருந்தாலும் எனக்குத் துணிச்சலைக் கொடுக்கும் முறையில் இல்லை.

"உன் புருஷன் இங்கே என்ன செய்கிறார்?"

"மூட்டை தூக்குறார்."

"மூட்டை தூக்கி என்ன கிடைக்கும்?"

"கிடைக்கிறதுதான்."

தங்கம் வேலையை முடித்துக்கொண்டு என் முன்னிலையில் சேலையையும் ஜம்பரையும் சரிப்படுத்திக் கொண்டாள். என்னை வெளித் திண்ணையில் வந்து உட்காரச் சொல்லிவிட்டு, ஒரு தகரக் குவளையில் தண்ணீர் எடுத்து முகத்தைக் கழுவிக்கொண்டாள். பிறகு உடைந்து பாதியாய்க் கிடந்த ஒரு கண்ணாடியை எடுத்து, அழகு பார்த்துக்கொண்டாள். கண்களின் கீழ் இமைகளைத் தாழ்த்தி, கண்களின் பிரகாசத்தைச் சரிப்படுத்திக் கொள்வதுபோல் பாவனை செய்தாள். குங்குமத்தைக் கொண்டு, நெற்றியிலே பெரிதாகப் பொட்டு ஒன்று இட்டுக்கொண்டு, கையாலேயே தலை மயிரைச் சரி செய்துகொண்டு, பின்புறம் அழகாக அள்ளிச் சொருகிக்கொண்டாள்.

"ரொம்பக் கஷ்டம் போலிருக்கு, ஏதாவது செலவுக்கு வேண்டுமா?" என்றேன் அலட்சியமாக. அவள் நான் கூறியதைக் கேளாதது போல, "இருங்க" என்று சொல்லி விட்டு உள்ளே சென்று, சுவரில் ஒரு படத்தில் மாட்டியிருந்த ஒரு சரடுப் பூவை எடுத்து, கொண்டையில் திணித்தவாறே என் முன் வந்து நின்றாள்.

"என்ன சொன்னீங்க?" என்றாள்.

"இங்கே ரொம்பக் கஷ்டப்படறே போலிருக்கே?" என்றேன்.

"உம், என்ன கஷ்டம்! கஷ்டம் எங்கேயுந்தான் இருக்கு. அவரு நாளைக்கு மூணு நாலு சம்பாதிக்கராரு. அவருடைய பழைய சிநேகிதனாம், ஒரு பாவிப்பய, சோம்பேறி. அவரைப் பயமுறுத்தி பயமுறுத்திப் பணத்தெப் பிடுங்கிட்டிருக்கான். ராத்திரி சோறு கொட்டிக்க அவனும் வந்திருவான்."

தங்கம் தரையில் உட்கார்ந்திருந்தாள். நான் ஒடுக்கமான மேடையில் கால்களைத் தொங்கவிட்டுக்கொண்டு

உட்கார்ந்திருந்தேன். வெளியில் நோக்கினேன். இருட்டு அலை அலையாகக் கவிந்துகொண்டிருந்தது. தூரத்தில் வானத்தின் அடிவானத்தை ஒட்டி மங்கிய பிரகாசம் தென்னை மரங்களுக்கு இடையே தென்பட்டது. மேற்குப் பார்த்த வீடு.

"உங்க கல்யாணம் எப்ப? இல்லாட்டி ஆயிடுச்சா?" என்றாள் தங்கம்.

"இன்னும் ஆகலே, ஆகறதுன்னா உனக்குத் தெரியாமயா போயிடும்?"

"ஆமாம், ஆமாம். எங்கிட்டே முதல்லே சொல்லிட்டுத்தானே செய்திப்பீங்க!"

"என்ன அப்படிச் சொல்லிட்டே? உன்னையே கட்டிக்க நான் தயாரா இல்லை? இப்பத்தான் உன் கழுத்திலே தாலியேறிடுத்தே" என்றேன். தங்கம் சிரித்தாள்.

"என்ன சிரிப்பு?" என்றேன்.

"நாங்கூட தாலியை அடியோடு மறந்திட்டேன். இங்கே வந்து மூணு நாலு நாளுக்குப் பெறவுதான் எனக்கு இது உதிச்சிது. பிறகுதான் தாலி கட்டிக்கிட்டேன்."

"தாலி கட்டினவருமா மறந்துட்டாரு?"

"அவரு எங்கே எனக்குத் தாலி கட்டினாரு? அந்தப் புண்ணியவதி நானில்லே, வேறொருத்தி."

"அப்ப, நடராஜன் உனக்குத் தாலி கட்டின புருஷன் இல்லையா?"

'இல்லை. ஒரு வகைலே எனக்கு இன்னும் கல்யாணமே ஆகலேங்க" என்று கூறிவிட்டு அவள் பெருமூச்செறிந்தாள்.

"ஆமாம், அன்னைக்கு உங்கதையைச் சொல்றப்போ நடராஜன்தானே உம் புருஷன்ட்டு சொன்னே?"

"யாருங்க புருஷன்? நாம அப்படி நெனச்சிக் கிடறவருதான்."

“அப்ப நடராஜனுக்கு வேறே பெண்டாட்டி இருக்கா?”

“ஊம், பெண்டாட்டி பிள்ளை குட்டிங்க எல்லாம் உண்டு.”

“அப்ப அவரு ஏன் அவங்களெ விட்டிட்டு . . .”

“என்னமோ, அவர் செஞ்ச பாவம்; நான் செஞ்ச புண்ணியம் . . . இல்லே பாவமோ?”

“நடராஜனை உனக்கு எப்படிப் பழக்கம்?”

“பழக்கமா? நான்னா அவருக்கு உசிருங்க. அவரு என் அக்கா புருஷனோடெ தம்பி. அப்பா அம்மா இறந்ததும் அக்கா வீட்டுக்குப் போனேன். அங்கேதான் இவரு பழக்கம் ஏற்பட்டது. நான் என்னவோ அவருக்குப் பெரிசாத் தெரிஞ்சேன். அவருக்குப் பெண்டாட்டி பிள்ளைகுட்டிங்க இருந்ததுனாலே என்னைக் கல்யாணம் செய்துக்காமே வச்சிக்கிறேனாரு. அக்கா சம்மதிக்கலே. எனக்கு இவரு மேலே ரொம்பப் பிரியம். அக்கா வீட்டை விட்டு வந்து இவருகூட இருந்தேன். எனக்காகத் தனி வீடு பிடிச்சு நல்லா வச்சிருந்தாரு. பாவம், கொளந்தை மாதிரி. நான் என்ன கேட்டாலும் வாங்கித் தந்திருவாரு. நான் அப்பெல்லாம் இப்பமாதிரி இல்லே. ரொம்ப ஆசைக்காரி. அது வேணும் இது வேணும்பேன். ஒவ்வொண்ணையும் வாங்கித் தருவாரு. எனக்காகத்தான் அவர் ஆபீசிலே பணம் களவாடி மாட்டிக்கிட்டாருன்னு நெனெக்கிறேன். என்க்குப் பிறவுதான் புத்தி வந்தது. நல்ல புத்தி முன்னாலே இருந்திருந்தா, எல்லாம் வேறே மாதிரி இருந்திருக்கும்.”

தங்கம் பேச்சை நிறுத்தினாள். இருவரும் பேசாதிருந்தோம். தலையை உயர்த்தி சுற்றும் முற்றும் பார்த்தேன். இருவரும் இருளில் மாட்டிக்கொண்டுவிட்டது போன்ற ஓர் உணர்ச்சி.

“இங்கே பாத்தீங்களா, இந்தத் தழும்பை?” என்று ஆரம்பித்தாள். வலது கைக் கணுவில் இருந்த ஒரு தழும்பை இடது கையால் சுட்டிக்காட்டினாள்.

“உம், பாத்திருக்கேன்” என்றேன்.

“அவரெ எப்படியும் அவரோட பெண்டாட்டி பிள்ளை குட்டிகள்கிட்ட சேர்த்துரணும்னு பாக்கறேன். வேறெ எதுவும் செய்யறேங்கிறாரு; அது மட்டும் மாட்டேங்கிறாரு. ஆமாம். இன்னைக்கு அது நடக்கிற காரியமாத் தெரியலே.”

“அந்தத் தழும்பைப் பத்திச் சொன்னயே அது என்ன ?” என்றேன்.

“வேலை போன பெறகு ரொம்பக் கஷ்டப்பட்டாரு. எங்கையிலேயும் தம்பிடி இல்லை. தனியா என்னை ஒரு வீட்டிலே வச்சிருக்காரு. இரண்டு நாளா சோறில்லை. அவருக்கு உடம்புக்கு நேரில்லை; அவர் வீட்டிலே படுத்த படுக்கையாக் கிடக்குறாரு. அவரெப் பார்க்கலாம்னு போனேன். நான் ரெண்டு நாளா சாப்பிடலேங்கிறதெக் கேட்டதும் அவர் சம்சாரத்தெ எனக்குச் சோறு போடச் சொன்னாரு. அது மாட்டேனிருச்சு. ‘நீ போய் சும்மாத் தின்னு; உனக்கில்லாத உரிமையா இந்த வீட்லே’னாரு. நான் அடுக்களைக்குப் போகவும் அவர் சம்சாரமும் கொளெந்தெ குட்டிகளும் என்னெ மறிச்சாங்க. நான் மீறி உள்ளே போனேன். அவுங்க என்னைக் கீழே பிடிச்சுத் தள்ளினாங்க. நான் அப்படியே கையை நீட்டி சோத்துப் பானையைத் தொட்டேன். ஒரு கொளெந்தெ அடுப்பிலேந்து எரிந்த கொள்ளிக் கட்டையை வச்சு எங்கையைச் சுட்டது. நான் ‘ஓ’ன்ட்டு அலறினேன். அவர் தள்ளாடி, தள்ளாடி ஓடியாந்தாரு. பெஞ்சாதி புள்ளை குட்டிங்களை அடிச்சு நொறுக்கினாரு, வெறகுக் கட்டையைக் கொண்டே. பாவம், அவர் சம்சாரத்தைப் போடு போடுன்னு போட்டாரு” என்று கூறிக்கொண்டே வந்தவள், “ஐயோ, நான் பெரிய பாவிங்க, பெரிய பாவி” என்று சொல்லி, தலையில் அடித்துக்கொண்டு அழ ஆரம்பித்தாள்.

“இப்ப அழுது என்ன செய்யறது” என்று சொல்லி அவளைச் சமாதானப்படுத்த முயன்றேன். அவள் கஷ்டப்பட்டு அழுவதை நிறுத்தினாள். அழுகையை

நிறுத்தியதால் பெருமூச்சு நெஞ்சை முட்டிக்கொண்டு வந்தது. நான் அவளைப் பார்த்துக்கொண்டிருக்கும்போதே, அந்த இருட்டில், அவள் விவரித்த நாடகம் என் கண்முன் நடந்துகொண்டே இருந்தது.

வீட்டுக்காரன் உடம்பு சுகமில்லாமல் படுத்திருக்கிறான். அடுக்களையில் கலவரம். மனைவியும் சக்களத்தியும் ஒருத்தி முடியை ஒருத்தி பிடித்துக்கொண்டு மல்லுக்கட்டி நிற்கின்றனர். குழந்தைகள் குய்யோ முறையோ என்று கத்துகின்றன. அவன் தள்ளாடி நடந்து வருகிறான். வெறிகொண்டவனைப்போல் விறகுக் கட்டையை எடுத்துப் பெஞ்சாதியையும் பிள்ளை குட்டிகளையும் போடு போடு என்று போடுகிறான். கொள்ளிக்கட்டை சுட்டு தங்கம் அலறிக்கொண்டிருக்கிறாள்... வாழ்க்கைக்குத்தான் எவ்வளவு அழகான பொருள்! கடவுள்தான் எவ்வளவு பெருமைப்படுவார்!!

தங்கம் கண்களைத் துடைத்துக்கொண்டு வெளிப்புறம் பார்த்தாள். இருட்டு இலேசாகக் கலைந்திருந்தது. குடிசையை விட்டு வெளியே வந்து நின்றேன். கிழக்கே உதய சந்திரன் தோன்ற, குடிசைகளின் மத்தியில் மங்கிய ஒளி நிலவியது. ஒரு குடிசை முன் சில குழந்தைகள் நிலவொளியில் விளையாடிக் கொண்டிருந்தன. மற்றொரு குடிசையிலிருந்து ஒரு குழந்தை

சிணுசிணுக்கும் ஒலியும், தொடர்ந்து அதனைச் சமாதானம் செய்யும் தாயின் ஒலியும் வந்தன. ஒவ்வொரு குடிசையிலும் ஒரு விளக்கு ஏற்றப்பட்டு மினுக் மினுக் என்று எரிந்தது. வீடுகளுக்கு ஆண்கள் திரும்பி வந்துகொண்டிருந்தனர். சற்றுத் தொலைவில் நான் செல்ல வேண்டிய நகரப்பகுதி மின் விளக்குகளின் பிரகாசத்தில் என்னை வரவேற்று நின்றது. நடுவானிலும் மேல்வானிலும் கரிய மேகங்கள்.

"உங்களுக்கு நேரமாகலே?" என்றாள் தங்கம்.

"ஆமாம், நேரமாச்சு. அடுத்த தரம் வரும்போது பார்க்கிறேன்" என்றேன்.

"இன்னொரு தரம் வருவீங்களா?"

"ஆமாம், இன்னும் ஒரு மாதத்திலே வரலாம்" என்று பொய் சொன்னேன்.

'ஆமாம், இதுக்கு என்ன செய்யறதுங்க?" என்றாள்.

"எதுக்கு?" என்றேன்.

"இப்படி ஒரு குடும்பத்தைப் பாழ்படுத்திட்டேனே."

"என்ன செய்யறது?" என்று கேள்வியையே நான் திரும்பக் கேட்டுவிட்டு, "வரட்டுமா?" என்றேன். குடிசையின் வாயிலில் நின்றுகொண்டு அவள், "சரிங்க" என்றாள்.

குறத்தி முடுக்கு

குறத்தி முடுக்குக்கு முழுப்பெயர் வள்ளிக்குறத்தி முடுக்கு என்கிறார்கள். இந்த வள்ளிக்குறத்தி முடுக்கில் ஒரு தேவயானை தஞ்சம் புகுவாள் என்று யாரும் எதிர்பார்க்க முடியுமா? குறத்தி முடுக்கில் உள்ள நாலைந்து பெரிய வீடுகள் ஒன்றில் அவள் இருக்கிறாள். பதினைந்து வயதுதான் இருக்கும். எப்போதும் வெண்மையான சில்க் பாவாடையும், வெண்மையான சில்க் ஜம்பரும்தான் அணிந்திருப்பாள். அவள் மேலாக்கு அணிந்து யாரும் பார்த்ததில்லை. தலையை அழகாகக் கொண்டை போட்டுக் கொண்டு, தலைநிறைய வளைவாகப் பூ

வைத்துக்கொண்டு, வீட்டு வாசலில் நிற்கிறாள். தொழில் நேரம். அவளது அத்தான் தெருக்கோடியில் ஒரு கடையருகே நின்றுகொண்டிருக்கிறான். அரைமணி நேரத்துக்கொரு தரம் தனித்தோ, ஆளுடனோ வீட்டுக்கு வந்து போவான். அவ்வளவு பெரிய வீட்டில் தேவயானை தனித்து இருக்கிறாள். ஓணத்துக்குப் பிறந்த ஊர் போயிருக்கும் சரசா இன்னும் திரும்பி வரவில்லை.

இப்போதுதான் அத்தான் வந்து போனான். அடுத்து வருவதற்கு இன்னும் அரைமணி நேரம் ஆகும். தேவயானை வாசற் கதவைச் சாத்திக்கொண்டு, மேலே மாடிக்குச் செல்கிறாள். மாடியறை மிகவும் வசதியானது. கட்டில், மெத்தை, மெர்க்குரி விளக்கு, சுவரிலே வரிசையாக சினிமா நட்சத்திரங்களின் படங்கள் முதலியன. தேவயானைக்கு வேண்டிய ஒன்று மட்டும் அங்கு இல்லை. இரண்டு நாட்களுக்கு முன்புதான் கஷ்டப்பட்டுக் கள்ளத்தனமாக அதைக் கொண்டுவந்து மெத்தைக்கு அடியில் ஒளித்து வைத்திருந்தாள். இப்போது கதவை அடைத்துவிட்டு, அதை மெள்ள வெளியே எடுக்கிறாள். நீளமான அரை இஞ்சு மணிக் கயிறு – புதுக்கயிறு. அவள் வெளியூரிலிருந்து வரும்போதுதான், அவளது அம்மா படுக்கை கட்டுவதற் காகக் கொடுத்தது. கயிற்றை எடுத்து அழகு பார்த்துவிட்டு மேலே காரைக் கூரையைப் பார்க்கிறாள். உத்திரத்தில் ஒரு இரும்பு வளையம் தொங்கிக்கொண்டிருக்கிறது. மெர்க்குரி விளக்கின் மேற்பாதி வளைந்த தகட்டினால் மறைக்கப்பட்டிருப்பதால் வளையம் அவளது கண்களுக்குச் சரியாகத் தெரியவில்லை. வளையம் உயரத்தில் இருக்கிறது. எப்படி எட்டுவது? கட்டிலை வளையத்துக்கு நேர்கீழாக இழுத்துப்போட்டு, அதன்மீது நின்றுகொண்டு எட்டுமா என்று பார்க்கிறாள். இப்போதும் எட்டவில்லை. பிறகு அவசர அவசரமாகக் கீழே சென்று துணி உலர்த்தப் பயன்படும் கழியொன்றைக் கொண்டுவருகிறாள். கட்டிலின் மீது நின்றுகொண்டு, கழியின் ஒரு நுனியில் கயிற்றைக் கட்டி, வளையத்துக்குள் செலுத்த முடியுமா

பார்க்கிறாள். கதவைச் சாத்தவில்லை; நினைவு வருகிறது. கழியையும் கயிற்றையும் கட்டிலிலே போட்டுவிட்டு ஓடிக் கதவை அடைத்துவிட்டு வருகிறாள். மீண்டும் கழியைக்கொண்டு, கயிற்றை வளையத்தின் உள்ளே செலுத்தும் முயற்சியில் ஈடுபடுகிறாள். பாவம், படாதபாடு படுகிறாள். முகத்தில் வியர்வை அரும்பி, நெற்றி வியர்வை ஜவ்வாதுப் பொட்டைக் கரைத்து வழிகிறது. இந்நேரத்தில் கீழே கதவு தட்டும் சத்தம் கேட்கிறது. அவசர அவசரமாக, கழியையும் கயிற்றையும் சுவரோரமாகப் போட்டுவிட்டு, கட்டிலையும் இருந்த இடத்தில் தள்ளிவிட்டு, கதவைத் திறந்துகொண்டு, கீழே ஓடி வெளிக் கதவைத் திறக்கிறாள்.

அத்தானும் ஒரு மைனரும் உள்ளே நுழைகின்றனர்.

"யாரும் இருக்காங்களா?" என்கிறான் அத்தான் மெதுவான குரலில். "இல்லை" என்கிறாள் தேவயானை.

"அப்ப கதவை ஏன் அடைச்சிருந்தே?" என்கிறான் அத்தான். மைனர் பக்கத்தில் இல்லாதிருந்தால் மூதி, கழுதை, பேக்கழுதை என்ற பட்டங்கள் கிடைத்திருக்கும்.

"போலீசு வேன் வரமாதிரி இருந்துச்சு. இப்பத்தான் அடைச்சிட்டு மேலே போனேன்" என்கிறாள்.

"உம், நான் கா மணியாக் காத்திருக்கேன். சரி, மேலே கூட்டிப் போ."

மைனரும் தேவயானையும் மேலறைக்குச் செல்கின்றனர். காரியம் முடிந்ததும் மைனர் கீழே செல்கிறான். தேவயானையும் உடைகளைச் சரி செய்துகொண்டு, மீண்டுமொருமுறை மேக்கப் செய்துகொண்டு, மைனரையும் அத்தானையும் வழியனுப்புகிறாள். அவர்கள் செல்லவும் பத்து நிமிடங்களிலே, மீண்டும் கீழ்க்கதவை அடைத்துக்கொண்டு மேலறைக்கு வருகிறாள்.

மாடியறையின் கதவை அடைத்துக்கொண்டு கயிற்றையும், கழியையும் வெளியே எடுக்கிறாள். கயிற்றின் ஒரு

நுனியை இரும்பு வளையத்தில் எப்படி இறுக்கமாகக் கட்டுவது என்பதுதான் அவளது பிரச்சனை. ஒரு யோசனை தோன்றுகிறது. வேகமாகக் கீழே சென்று, அரையடி நீளமான இரும்பு ஆணியொன்றைக் கொண்டு வருகிறாள். ஆணியின் நடுவில் கயிற்றின் ஒரு நுனியை இறுகக் கட்டுகிறாள். அவள் இழுத்த இழுப்பில் கயிறு கையை அறுத்துவிடுகிறது. வலி பொறுக்காமல் அதில் எச்சிலைத் துப்பிவிட்டுக் கையை உதறுகிறாள். பிறகு கட்டிலை நகர்த்திப் போட்டு, கழியின் உதவியால் ஆணியை இரும்பு வளையத்துக்குள் செலுத்திவிடுகிறாள். கட்டிலிலிருந்து இறங்கி இரும்பு வளையத்துக்கு நேர் கீழாக நின்றுகொண்டு, கயிற்றை இழுக்கிறாள். ஆணி வளையத்தைக் குறுக்காக அழுத்திக்கொண்டிருப்பதால் கயிறு பலமாக இருக்கிறது. கயிறு நீளமான கயிறு. இரும்பு வளையத்திலிருந்து தரைவரை எட்டுகிறது. மீண்டும் கீழே ஓடிச் சென்று ஒரு கத்தியை எடுத்து வருகிறாள். கதவை அடைத்துக்கொண்டு கட்டிலின் மீது நின்றுகொண்டு, கயிறு தரையிலிருந்து சுமார் ஏழடி உயரத்தில் இருக்குமாறு கயிற்றைத் துண்டு பண்ணுகிறாள். கட்டிலில் நின்றுகொண்டே, கயிற்றின் கீழ் நுனியில் அவள் தலை உள்ளே புகும் அளவுக்கு ஒரு வளையம் செய்து, ஓர் சுருக்கு முடிச்சுப் போடுகிறாள். சுருக்கு முடிச்சு சரியாக விழவில்லை. அவளுக்குப் பழக்கம் இல்லை. ஒருவாறாகச் சுருக்கு முடிச்சைப் போட்டுவிட்டு, அது சரியாக இயங்குகிறதா என்று பார்த்துக்கொள்கிறாள். பிறகு கட்டிலிலிருந்து இறங்கிக் கட்டிலைச் சற்று இழுத்துப் போட்டுக்கொள்கிறாள். கட்டிலில் நின்றுகொண்டு, கயிற்று வளையத்துக்குள் தலையைச் செலுத்தப் பார்க்கிறாள். கயிறு எட்டவில்லை. இறங்கிக் கட்டிலைச் சற்றுத் தள்ளிப் போட்டுக்கொண்டு இப்போது முயலுகிறாள். இப்போது தலை நுழைகிறது. ஆனால் கட்டிலின் விளிம்பு அநேகமாக இரும்பு வளையத்துக்கு நேர் கீழே இருக்கிறது. தொங்கும்போது காலைத் தட்டினாலும் தட்டிவிடலாம்.

குறத்தி முடுக்கு

மறுமுறை கட்டிலிலிருந்து இறங்கிக் கட்டிலைச் சற்று நகர்த்திவிட்டுக் கட்டிலின்மீது ஏறி நின்றுகொள்கிறாள். கீழே கதவு தட்டும் சத்தம் கேட்கிறது. அறைக் கதவின் திசையில் நோக்குகிறாள். அவசர அவசரமாகத் தலையை வளையத்துக்குள் நுழைக்கிறாள். இலேசாகத் தலையைச் சாய்க்கிறாள். முடிச்சு இறங்குவது போல் தெரிகிறது. கீழே கதவு தட்டப்படுகிறது. "முருகா" என்று முனகிக்கொண்டு இரு கைகளையும் கூப்ப முயலுகிறாள். கைகள் நடுங்குகின்றன; ஒன்று சேர மறுக்கின்றன. கீழே கதவைத் தட்டும் சத்தம் பலப்படுகிறது. கண்களை மூடிக்கொண்டு எட்டிக் குதிக்கிறாள். கழுத்தை இறுக்க வேண்டிய கயிறு, அவளது முகவாய்க்கட்டையைத் தொட்டுவிட்டு, அவளைக் கேலி செய்து ஆடுகிறது. அவள் மல்லாந்து தரையில் விழுகிறாள். தலையின் பின்புறம் கட்டிலின் விளிம்பில் அடிபட்டு, காலை நீட்டி உட்கார்ந்திருக்கும் பாவனையில் அவள் கிடக்கிறாள். தலையிலும் ஆசனத்திலும் நல்ல அடி. கீழே கதவு இடிபட ஆரம்பித்துவிட்டது. கயிறு ஆடுவதால், ஆணி இரும்பு வளையத்தில் உராய்ந்து ஈனக்குரலில் சிணுங்குகிறது.

திருவனந்தபுரத்தில் ஒரு ஓட்டலில் ரூம் எடுத்திருந்தேன். இரவு பத்து மணிக்கு மேல் மழை பெய்யும் போலிருந்தது. சினிமாவுக்குச் செல்லும் எண்ணத்தைக் கைவிட்டுவிட்டு, விளக்கை அணைத்துவிட்டுப் படுக்கையில் படுத்தேன். தங்கம் நினைவு வந்தது. அவள் மடியில் நான் படுத்திருப்பதாகவும், அவள் என் முடியைக் கோதிவிட்டுக்கொண்டே, என்னோடு சிரித்துப் பேசுவதாகவும் நினைத்துக்கொண்டேன். அவளைக் கட்டியணைப்பதாகப் பாவனை செய்தேன். ஏமாந்து தலையணையைக் கட்டிக்கொண்டு முத்தமிட்டேன். தங்கம் சிரித்தாள். முகத்தை உயர்த்திப் பார்த்தேன். தங்கம் கட்டிலின் அருகே நின்றுகொண்டிருந்தாள். "உன்னை வாழ்க்கை எவ்வளவு குரூரமாக நடத்தி விட்டது! எங்கிருந்து உனக்கு இத்தனை புதுமை, இத்தனை மென்மை, இத்தனை வழுவழுப்பு, குளுகுளுப்பு எல்லாம் எங்கிருந்து வருகின்றன?" எனக் கேட்டேன். வயிற்று வலியைப் பொறுத்துக்கொள்ள முடியாதது போல் குனிந்துகொண்டு, விழுந்து விழுந்து சிரித்தாள். என்னைப் பார்த்து மீண்டும் மீண்டும் சிரித்தாள். தரையிலே படுத்துக் கொண்டு, என்னை அழைப்பதுபோல் கண்ணைச் சிமிட்டினாள். நான் எழுந்திருப்ப தாகப் பாவனை செய்யவும், புரண்டோடி

இருட்டிலே மறைந்தாள். 'தங்கம்' என்று மெதுவாகக் கூப்பிட்டேன். 'தூங்குங்கள்' எனக் கூறிக்கொண்டு, என்னருகே வந்து நின்று என் கண்ணிமைகளை மூடினாள். பெருமூச்சு விட்டுக்கொண்டே தூங்க முயன்றேன். கைகளையும் கால்களையும் சுருக்கிக்கொண்டு பக்கவாட்டாகப் படுத்துப் பார்த்தேன். இடது புறம் திரும்பிப் படுத்தேன். வலதுபுறம் திரும்பிப் படுத்தேன். கைகளைக் கட்டிக்கொண்டு, கால்களை விரைப்பாக நீட்டிக் குப்புறப் படுத்துப் பார்த்தேன். எழுந்து உட்கார்ந்து புகை பிடித்தேன். 'இது அபூர்வமான சிகரெட்டு; இங்கெல்லாம் கிடைக்காது' என்று தங்கம் சொன்னாள். தீப்பெட்டியை எடுத்து ஒரு நெருப்புக் குச்சியைக் கிழித்து என் சிகரெட்டைப் பற்றவைக்க என் அருகே வந்தாள். தீக்குச்சி வெளிச்சத்தில் அவள் முகம் பளிச்சிட்டது. பயத்தோடு, பெண்களுக்கே உரிய பாவனையில் எரியும் தீக்குச்சியைப் பிடித்துக்கொண்டிருந்தாள். அவள் முகத்தில் லேசாக வியர்வை படிந்திருந்தது. 'வேர்வையைத் துடைத்துக்கொள்' என்றேன். 'பரவாயில்லை, இந்த வேர்வை நல்ல வேர்வை' என்று சொல்லிக்கொண்டே, அவளது வேர்வை படிந்த கன்னத்தை என் கன்னத்தில் உராய்ந்தாள். ஆமாம், அவளது வேர்வை நல்ல வேர்வைதான். அதன் மணம் அவளது தலையிலிருந்த மல்லிகை மணத்தோடு கலந்து ரம்மியமாக இருந்தது. அவளைக் கட்டியணைத்து அவளது கழுத்திலே முத்தமிட்டுக்கொண்டே இருக்க வேண்டும் என்று எனக்குக் கொள்ளை ஆசை! அதிலும் கழுத்தின் பின்புறத்தில் கழுத்து முடிந்து, கூந்தல் தோன்ற ஆரம்பிக்கும் இடத்தில்! அங்கே முத்திக்கொண்டே இருக்கக் கூடாதா என்று எனக்கு இருந்தது. தங்கம் பேசாமலிருந்தாள். என் மடியில் உட்கார்ந்திருந்தாள். நான் அவளைக் கட்டியணைத்து, பின்புறத்திலிருந்து என் முகத்தை அவளது கழுத்துக்கும் கீழே எவ்வளவு தூரம் கொண்டு செல்லமுடியும் என்று பார்த்துக்கொண்டிருக்கிறேன். அவள் குறுகுறுத்துச் சிரிக்கிறாள். அவள் சிரித்துச் சுருங்கி

முற்றிலும் என்னிடமே அடங்கிவிடத் தவிக்கிறாள். எனது வலது கையிலிருக்கும் சிகரெட்டின் அனல் இடது கையில் படுகிறது. சிகரெட்டை அணைத்து வீசியெறிகிறேன். தூக்கம் வரவில்லை. எழுந்து விளக்கைப் போட்டு, சட்டையை அணிந்துகொள்கிறேன். இருளில் காணாமல் போய்விட்ட ஒரு குடிசையில் நடராஜனின் அரவணைப்பில் நிம்மதியாக உறங்கிக்கொண்டிருக்கும் தங்கத்தின் நினைவு என் நெஞ்சைப் பிளக்கிறது. அறையின் கதவுகளைத் திறந்துகொண்டு வெளியே வருகிறேன். எனக்கு நேர் எதிரே வானத்தின் கருமையை ஒரு மின்னல் சாடி மறைக்கிறது. வானவெளியில் வெகு தொலைவில் நேர்ந்த ஒரு மின் பரிமாற்றம். இடிச் சத்தம் இன்னும் கேட்கவில்லை. வாடைக் காற்று என் உடலை ஒரு குலுக்கு குலுக்குகிறது. நன்றாக அடித்து மழை பெய்யவேண்டும் என்று நினைத்துக்கொள்கிறேன்.